# चला जाणून घेऊ या!

## सुख

मूळ इंग्रजी लेखक

**विकास मलकानी**

अनुवाद

**शुभदा गोगटे**



**मेहता पब्लिशिंग हाऊस**

All You Wanted To Know About
**Happiness** by Vikas Malkani
Originally Published by Sterling Publishers Pvt. Ltd., New Delhi.
Translated into Marathi Language by Shubhada Gogate

**चला जाणून घेऊ या! सुख**

अनुवाद : शुभदा गोगटे, अनमोल रेसिडन्सी, धनराज पार्क जवळ, वाकड, पुणे - ४११ ०५७

मराठी अनुवाद व प्रकाशनाचे हक्क : मेहता पब्लिशिंग हाऊस, पुणे.

प्रकाशक : सुनील अनिल मेहता, मेहता पब्लिशिंग हाऊस, १९४१, सदाशिव पेठ, माडीवाले कॉलनी, पुणे - ४११ ०३०

मुद्रक : मुद्रा, ३८३, नारायण पेठ, पुणे - ४११ ०३०.

मुखपृष्ठ : मेहता पब्लिशिंग हाऊस, पुणे

प्रकाशनकाल : एप्रिल, २००४ / मार्च, २००५ / मार्च, २००६ / सप्टेंबर, २००७ / जानेवारी, २०११ /
पुनर्मुद्रण : सप्टेंबर, २०१४

किंमत : ₹ ६०/-

ISBN 81-7766-466-2

# प्रस्तावना

सुखाचा शोध ही मानवी जीवनामागची मूळ प्रेरणा आहे.

प्रेम, माया, संपत्ती, कीर्ती, सत्ता, आराम इ. आपल्या सगळया इच्छा, आशा, आकांक्षा म्हणजे आपली सुखाचीच इच्छा असते. जाणीवपूर्वक किंवा अजाणतेपणानं आपण सुखचं शोधत असतो.

पण सुखप्राप्तीचा केवळ एकच ठरलेला असा मार्ग नाही. असं कुठलंही एकच खात्रीशीर शास्त्र नाही, असे कुठलेही पक्के नियम नाहीत की जे आपल्याला सुख मिळवून देतील. आहेत त्या फक्त काही सूचना, काही दिशादर्शक तत्वं, की जी वापरल्यानं आपला सुखाचा शोध कमी कष्टाचा आणि अधिक सोपा होऊ शकेल.

सुख हे मूलत: आपल्या आंतरिक जाणिवेतून निर्माण होतं. ही जाणीवच आपल्याला बाह्य जगाचं आकलन करून देते. या जाणिवेकडे जाणारा प्रवास अधिक सोपा व्हावा यासाठी काही व्यवहार्य अशा सूचना आणि इशारे इथे दिलेले आहेत.

ते अतिशय साधे आणि सोपे असले तरी त्यांचा स्वीकार करून आपल्या आंतरिक जाणिवेत त्यांना सामिल करून घेतलं आणि त्या इशाऱ्यांप्रमाणे, त्या सूचनांप्रमाणे वागत गेलं तर आपलं सगळं आयुष्य अधिक चांगलं होऊ शकेल.

## अनुक्रम

# सुख

'साधारणपणे माणसं तितकीच सुखी होतात जितकं सुखी होण्याचं त्यांनी ठरवलेलं असतं,' असं अब्राहम लिंकन यांनी म्हटलं आहे. आयुष्यात काय घडतं याच्यावर सुख तितकंसं अवलंबून नसतं तर जे घडतं त्याला आपण कसा प्रतिसाद देतो यावर ते अधिक अवलंबून असतं.

असलेली नोकरी गेली तर ही नवीन कामाचा अनुभव घेण्याची, नवीन काही शक्यता चाचपून पाहण्याची, स्वतंत्र काम करण्याची संधी आहे असं रामला वाटेल तर तशाच परिस्थितीत त्याचा भाऊ श्याम उंच इमारतीवरून उडी टाकून सगळ्याची इतिश्री करेल. एकाच परिस्थितीचा स्वीकार एक व्यक्ती आनंदानं करेल तर दुसरी परिस्थितीपासून पळ काढेल. आत्महत्या करेल.

आयुष्याला आपण कसे सामोरे जातो हे आपल्यावरच अवलंबून असतं. आपण कसा प्रतिसाद द्यायचा हा आपलाच निर्णय असतो.

सुखी होणं किंवा आनंदी असणं हे सोपं मात्र नसतं. अनेकदा ते एक मोठं आव्हान असतं आणि त्यासाठी निश्चय, चिकाटी आणि शिस्तीची गरज असते. स्वत:च्या सुखाची जबाबदारी स्वत: घेणं ही परिपक्वता होय आणि त्यासाठी जे स्वत:जवळ नाही त्याचा विचार

सोडून जे आहे त्याच्यावर लक्ष केंद्रित करण्याचं ठरवावं लागतं.

आपण काय विचार करायचा हे आपणच ठरवत असल्यामुळे आपलं सुख हे आपल्याच हातात असतं. दुसरा कोणी आपल्या मनात विचार भरवू शकत नाही. सुखी, आनंदी होण्यासाठी चांगल्या आनंददायक विचारांवर आपण लक्ष केंद्रित केलं पाहिजे. पण आपण पुष्कळदा याच्या उलटच वागत नसतो का? आपलं कोणी कौतुक केलेलं असलं तर त्याच्याकडे दुर्लक्ष करून दुसऱ्याच्या दुखावणाऱ्या बोलण्याचा मात्र आपण विचार करत राहतो. एखाद्या वाईट अनुभवाचा किंवा खोडसाळ बोलण्याचा विचार करण्यात चित्त गुंतून राहिलं तर त्याचे परिणामही आपल्याला भोगावे लागतात.

मी पंचविशीचा असताना एके दिवशी माझ्या मनात विचार आला, 'जर मी खरोखरच सुखाचं आयुष्य जगणार असलो, तर आजपासूनच त्याची सुरुवात का करू नये?' मी होतो त्यापेक्षा खूप अधिक सुखी, समाधानी व्हायचं असं त्या दिवशी ठरवलं. आणि आश्चर्य म्हणजे हा निश्चय फळाला आला.

सुखी, आनंदी आहेत असं ज्या लोकांविषयी वाटत होतं त्यांना मग मी प्रश्न विचारायला सुरुवात केली. त्यांचं उत्तर म्हणजे माझ्या अनुभवाचं प्रतिबिंबच असायचं- 'दुःख, एकाकीपणा, मनात झुरणं या सगळ्यांनी मला गांजून टाकलं होतं. शेवटी मी ठरवलं की हे सगळं बदलून टाकायचं.'

# परिपूर्णता व सुख

आपण जर सुखी नसलो तर त्याचं कारण असतं आयुष्य आपल्याला हवं तसं चाललेलं नसतं. ते कसं असावं या संबंधीच्या आपल्या अपेक्षेनुसार ते नसतं आणि म्हणून आपण नाखूष असतो.

आणि म्हणून आपण म्हणतो, 'असं, असं,... घडलं की मला बरं वाटेल, मी सुखी होईन.' पण जीवन हे परिपूर्ण नाही, नसतं. अतिशय आनंद मिळणं. वैफल्य येणं, कधी यश तर कधी अपयश पदरी येणं ही सगळी जीवनाचीच विविध अंग आहे. 'असं...असं घडलं म्हणजे मी सुखी होईन,' असं म्हणणं म्हणजे स्वत:लाच फसवणं असतं.

सुख हा एक निर्णय असतो. काही लोकांना असं वाटतं की चालत चालत एखाद्या बस स्टॉपशी पोचावं तसं आपण सुखाशी पोचू. त्यांना असं वाटतं की एखादे दिवशी सगळं सुरळीत, त्यांच्या मनाप्रमाणे होऊ लागेल आणि एक सुस्कारा सोडून ते म्हणतील, 'चला, एकदाचं मला सुख मिळालं.' त्यामुळे त्यांचं आयुष्य हे, '....झालं की मी सुखी होईन,' असं म्हणण्यातच जातं.

आपल्याला प्रत्येकाला एक महत्त्वाचा निर्णय घ्यावा लागतो- आपल्याजवळ जे आहे त्याचा जास्तीत जास्त सदुपयोग करण्यासाठी

मर्यादित वेळ आपल्याजवळ आहे हे ध्यानात घेऊन त्याप्रमाणे वागण्याची तयारी ठेवायची की भविष्यकाळाच्या आशेनं हातात असलेला वर्तमानकाळही वाया दवडायचा.

८५ वर्षाच्या एका वृद्धाला त्याचा मृत्यू जवळ आलेला आहे हे कळल्यावर त्यानं जे लिहून ठेवलं आहे ते या दृष्टीनं अतिशय समर्पक आहे. त्यानं लिहीलं आहे.

'मला जर माझं आयुष्य परत जगायला मिळालं तर आतापेक्षा अधिक चुका करण्याचा प्रयत्न करेन. इतकं बिनचूक, निर्दोष, परिपूर्ण वागणार नाही. मी अधिक मोकळेपणानं, सैलपणानं वागेन. या सफरीवर वागलो त्यापेक्षा अधिक मूर्खपणानं वागेन. खरं तर, फारच थोड्या गोष्टी मी इतक्या गंभीरपणानं घेईन. मी इतका सतत आरोग्याचा विचार करणार नाही. थोडं वेडेपणानं वागेन.

मी अधिक प्रवास करेन, अधिक धोके पत्करेन, अधिक पर्वतारोहण करेन, अधिक नद्यांमध्ये पोहेन, जिथे कधी गेलो नाही अशा ठिकाणी जाईन. आवडणारे पदार्थ अधिक खाईन आणि नावडते पदार्थ टाळेन.

प्रत्यक्षात मला अधिक अडचणींचा सामना करावा लागेल पण काल्पनिक अडचणी मात्र नक्की कमी होतील.

'त्याचं काय आहे, सतत सावधगिरी बाळगून शहाणपणानं, समंजसपणानं वागणाऱ्यांपैकी मी एक होतो. थोडे बेसावधपणाचे

पण अतिशय मजेचे आणि आनंदाचे क्षणही माझ्या आयुष्यात आले पण ते फार थोडे होते. मला माझं आयुष्य जर परत जगायला मिळालं तर मी असे क्षण अधिक मिळवेन आणि त्या प्रत्येक क्षणाचा आनंद घेईन.'

'कुठेही बाहेरगावी किंवा प्रवासाला जाताना मी नेहमी एक थर्मामीटर, गरम पाण्याची पिशवी, रेनकोट आणि पॅराशूट बरोबर घेऊन जात असे. आता मला जर परत सगळं जगायला मिळालं तर हे असलं ओझं मी घेऊन जाणार नाही.'

'परत जगायला मिळालं तर वसंत ऋतूत मी अनवाणी चालण्याचा आणि पानगळीच्या ऋतूत रात्र रात्र जगण्याचा आनंद अधिक काळ लुटेन. सूर्योदयाचा आनंद अधिक वेळा घेईन. मुलांशी अधिक वेळ खेळेन. जीवनाचा आनंद अधिक वेळ लुटेन. मला परत जगायला मिळालं तर!'

'पण मला परत जगायला मिळणार नाहीये.'

हा एक सुंदर आणि बोलका संदेश आहे, नाही कां? मृत्यू जवळ आल्यावर या वृद्धाच्या ध्यानात आलं होतं की अधिक सुखी होण्यासाठी, जीवनाचा अधिक आनंद मिळवण्यासाठी जग बदलण्याची गरज नव्हती. जग सुंदरच आहे. बदल घडवून आणायला हवा होता तो स्वत:मध्ये.

जग 'परिपूर्ण' नाही, नसतं. आपल्या मनातलं आदर्श परिपूर्ण जग, जग कसं 'असायला हवं', याची आपली कल्पना आणि

वास्तवातलं जग यातलं अंतर आपल्याला दु:खदायक ठरतं. हे अंतर, हा फरक जेवढा जास्त तेवढं आपलं दु:खही मोठं. सगळ्या गोष्टी परिपूर्ण असाव्यात ही अपेक्षा आपण सोडून दिली तर सुखी होणं सोपं जाईल. असलेल्या परिस्थितीत आपल्याला जे आवडतं त्याची निवड आपण करू शकू आणि आपल्या अपेक्षा पूर्ण झाल्या नाहीत तरी आपण आनंदातच राहायचं, दु:ख करायचं नाही असा निश्चयही आपल्याला करता येईल.

एकदा एका शिष्यानं गुरुला, "सुख-समाधान मिळवण्याचा मार्ग कोणता?" असं विचारलं. तेव्हा गुरूनं सांगितलं, "सुख-समाधान कसं मिळवावं त्याचं रहस्य मी तुला सांगतो. सुख आणि समाधान मानायला शीक."

**या क्षणी तुमची अपूर्णता परिपूर्ण आहे.**

तुम्ही नेहमीच परिपूर्ण रीतीनं अपूर्ण असता. अधूनमधून तुम्ही चुका करता, केलेल्या चुकांसाठी पस्तावता, जे नाही ते मिळवण्याची इच्छा धरता. प्रामाणिकपणा आणि लबाडी, दया आणि द्वेष, करुणा आणि क्रूरता हे सगळे तुमच्याच स्वभावाचे पैलू आहेत. या सगळ्यांसकट तुम्ही एक परिपूर्ण सजीव आहात. एक जीवन त्याची मजा लुटण्यासाठी, त्याची काळजी घेण्यासाठी, त्यातून काही शिकण्यासाठी तुमच्यावर सोपवलं गेलं आहे. ते फक्त तुमचं आहे. आख्ख्या जगात अगदी तुमच्यासारखं दुसरं कोणीही नाही. तुम्ही एकमेवाद्वितीय आहात.

जे काय याविषयी काही लोकांच्या अवास्तव कल्पना असतात. सगळं कसं व्यवस्थित जागच्या जागी, जिथल्या तिथे असावं असं त्यांना वाटतं. पण हे वास्तव नाही, आपल्या अवती भवती सतत बदल होत असतात. अशा लोकांना वाटतं की एक दिवस सगळं कसं अगदी चपखल घडीसारखं होऊन जाईल. काहीही अव्यवस्थित, विस्कटलेलं राहणार नाही. ते किल्ल्या हरवणार नाहीत, त्यांना एकदम राग येणार नाही, ते दुसऱ्यांना दुखावणार नाहीत किंवा ऐन वेळी काय बोलावं ते न सुचण्याचे प्रसंग येणार नाहीत. त्यांना असंही वाटू शकतं की ते डाएट व्यवस्थित पाळू शकतील. चांगल्या पगाराची चांगली नोकरी त्यांना मिळेल, ते सर्वांचे लाडके बनतील आणि रोज सकाळी ते अतिशय तरतरीत आणि उत्साहित होऊनच जागे होतील. या सगळ्या गोष्टी शक्य आहेत असं तुम्हाला वाटत असलं तर जरा आपल्या आसपास नजर टाका. अशी कोणी व्यक्ती तुम्हाला आढळते का?

तुम्हाला सुखी व्हायचं असलं तर अशा विचारांना फाटा द्या. असे विचार मनात आले तरी फार गंभीरपणे त्यांच्याकडे पाहू नका.

काय आणि कसं 'असावं' याच्या विचारांनी तुमच्या मनात गर्दी केलेली असली की तुमचा आत्म-सन्मान कमी होतो, पण म्हणून काही ते योग्य किंवा खरे ठरत नाहीत हे लक्षात घ्या. सत्य, प्रामाणिकपणा आणि दयाळूपणा या तत्त्वाचा अंगिकार करून आपला

मार्ग आक्रमणं ही परिपूर्णता आहे. या मार्गावरून कधीच ढळता कामा नये हे ध्येय नसावं तर केव्हातरी या मार्गावरून घसरलं तर त्याचं दुःख वाटून न घेता स्वीकार करावा आणि आपली वाटचाल सुरू ठेवावी. आपल्या स्खलनासाठी स्वतःशीच कठोर होऊ नये.

**लहान-सहान गोष्टींना महत्त्व देऊ नका.**

पुष्कळदा आपण अशा बारीक-सारीक गोष्टींनी विचलित होतो की ज्यांना, नीट विचार केला तर फारसं महत्त्व नसतं. छोट्या छोट्या गोष्टींना महत्त्व देऊन आपण त्यांचं स्वरूप वाढवतो. उदा. रहदारीमधे एखादा माणूस अचानक आपल्या पुढ्यात येऊन चालत राहिला आणि त्यामुळे आपल्या चालण्यात थोडा व्यत्यय आला तर ही क्षुल्लक बाब सोडून देण्याऐवजी आपण मनातल्या मनात त्याच्यावर एकदम रागावतो. एवढंच नव्हे तर आपला राग अगदी योग्य आहे असंही आपल्याला वाटतं. मनातल्या मनात आपण त्याच्याशी भांडतोसुद्धा. आपल्यापैकी पुष्कळजण ही क्षुल्लक घटना विसरून जाण्याऐवजी इतरांशी तिची चर्चाही करतात.

पण त्याऐवजी त्या व्यक्तीकडे सहानुभूतीनं बघा आणि एखाद्याला इतकी घाई असणं किती त्रासाचं असतं हे लक्षात घ्या. असं केल्यानं आपली शांती भंग होणार नाही आणि दुसऱ्याच्या समस्यांचा आपल्यावर परिणाम होणार नाही.

अशा प्रकारच्या लहान-सहान घटना रोज घडत असतात.

कधी आपल्याला रांगेत खूप वेळ उभं रहावं लागतं, कधी टीकेला तोंड द्यावं लागतं तर कधी इतरांपेक्षा खूप जास्त काम करावं लागतं. अशा गोष्टींनी चिडून न जाता! मनाचा समतोल राखणं खूप फायद्याचं ठरतं. अशा लहान-सहान गोष्टींनी विचलित होण्यात, चिडण्यात, रागावण्यात, खूप लोकांना बराच वेळ वाया जातो. आणि मग जीवनातल्या सौंदर्याशी, नवलाईशी त्यांचा काही संपर्कच रहात नाही. असं होऊ द्यायचं नाही असा निश्चय करून तुम्ही त्या दिशेनं प्रयत्न करत राहिलात की इतरांशी अधिक प्रेमळपणानं आणि सौजन्यानं वागायला आपल्याला भरपूर वेळ मिळतो असं तुमच्या लक्षात येईल.

# अपूर्णतेशी तडजोड करा

कट्टर परिपूर्णतावादी असलेली आणि तरीही आंतरिक शांती लाभलेली व्यक्ती माझ्या पाहण्यात नाही. परिपूर्णतेचा हट्ट आणि मन:शांती या परस्परविरोधी गोष्टी आहेत. एखादी गोष्ट जशी आहे तसा तिचा स्वीकार न करता ती अधिक चांगली असली पाहिजे, एका ठराविक पद्धतीची असली पाहिजे असा आग्रह आपण करू लागलो की आपण एक हरणारी लढाई लढतो आहोत हे निश्चित समजावं. आपल्याजवळ जे आहे त्याबद्दल कृतज्ञ आणि समाधानी असण्याऐवजी, आहे त्यात काय चूक आहे आणि ती कशी दुरुस्त करता येईल याच्यावर आपलं लक्ष केंद्रित झालं की त्यातूनच असंतोष, असमाधान निर्माण होतं.

आपल्या स्वत:मधल्या किंवा इतरांमधल्या कमतरतेवर, अपूर्णतेवर आपलं लक्ष केंद्रित झालं की प्रेमळपणानं, सौजन्यानं वागण्याच्या आपल्या ध्येयापासून आपण दूर खेचले जातो. आपला कपड्यांचा पसारा, गाडीला आलेला पोचा, नीट न झालेलं एखादं काम, वाढलेलं वजन अशा स्वत:तल्या अपूर्णतेवर किंवा दुसऱ्याच्या रुपातल्या, वागण्यातल्या अपूर्णतेवर, कमतरतेवरच आपलं लक्ष एकवटलं की स्वाभाविकपणेच सर्वांशी गोडीनं वागण्याच्या निश्चयावरून आपलं लक्ष उडतं.

तुमचं काम तुम्ही जास्तीतजास्त चांगलं, शक्य तेवढं परिपूर्ण करण्याचा प्रयत्न करू नये असा यांचा अर्थ नाही. काम चांगलं करण्याचा आटोकाट प्रयत्न करावाच पण जे न्यून आहे, कमी आहे त्याचाच विचार करत राहू नये. एखादी गोष्ट अधिक चांगल्या प्रकारे करता येत असली तर जरूर करावी. पण ती जशी आहे तशीही ती स्वीकारावी. तिचा आनंद उपभोगावा.

जे जसं आहे तसं ते न स्वीकारता ते वेगळं हवं, असलेली परिस्थिती बदलायला हवी असा आग्रह धरण्याची सवयच तर आपल्याला लागलेली नाही ना हे तपासून बघा. आपलं आयुष्य जसं आहे तसंही चांगलंच आहे याची स्वत:ला जाणीव करून द्या. चांगलं-वाईट, योग्य-अयोग्य असा निवाडा जर तुम्ही सतत करत राहिला नाहीत तर सगळं काही ठीक होईल. जीवनाच्या विविध अंगांमध्ये परिपूर्णता असावी असा तुमचा आग्रह तुम्ही सोडून दिलात की जीवनातली परिपूर्णता तुमच्या ध्यानात येऊ लागेल.

**आजचा आनंद घ्या : हा आज परत येणार नाही.**

भविष्यकालीन ध्येयांसाठी काम करणं योग्य आहे पण त्याबरोबरच आजचा दिवस कधीही परत येणार नाही हे विसरू नका. आजच्या दिवसातला आनंद लुटण्यासाठी तुमच्याजवळ फक्त चोवीस तास आहेत.

स्वत:च्या मनाशी ठरवलेलं ध्येय प्राप्त करून घेताना काही लोक वर्तमानकाळातला आनंद घ्यायलाच विसरतात. जीवनाला जणू

ते बाजूला थांबवून ठेवतात. '...असं यश मला मिळालं की मी सुखी होईन,' असं त्यांना वाटत असतं. पण हवं ते यश मिळाल्यावर त्यांच्या लक्षात येतं की आपल्या कित्येक गोष्टी करायच्या राहूनच गेल्या. 'मी माझ्या मुलांबरोबर अधिक वेळ घालवायला हवा होता... माझ्या मित्रांशी अधिक संबंध ठेवायला हवे होते,... माझं प्रवासाला जाणं राहूनच गेलं... मला सिनेमे बघता आले नाहीत... माझी बागकामाची आवड पुरी झाली नाही...' अशा गोष्टींची खंत त्यांना वाटत राहते.

तुम्हाला आवडणाऱ्या गोष्टी करण्याचं लांबणीवर टाकू नका. जे आवडतं ते कसं साध्य करता येईल याचा विचार करा. त्या दृष्टीनं प्रयत्न करा.

तुमचं मन असंतोषानं आणि खेदानं भरलेलं असलं तर जरा थांबून स्वत:लाच काही प्रश्न विचारा :-

१. माझ्या आयुष्यात काय कमी आहे?

२. कोणत्या गोष्टी मी लांबणीवर टाकल्या आहेत?

३. मी कशासाठी थांबलो आहे? कशाची वाट बघत आहे?

४. मला कशानं खरोखरच आनंद होईल? मन समाधानानं भरून येईल?

५. समजा, मला उद्याच मृत्यू आला तर मला कोणत्या गोष्टीचा खेद वाटेल?

तुम्हाला उद्या मृत्यू येईल असं नाही पण आजच्या जादूमय

दिवसापासून, त्यातल्या प्रेम, माया, सौंदर्य या गोष्टींपासून दूर राहून, तुम्हाला प्रिय गोष्टींपासून दूर राहून यंत्रवत जगणं हे मृत्यूसारखंच आहे. म्हणून रोजच्या दिवसातला आनंद घ्यायला शिकलं पाहिजे.

● रोज सकाळी उठल्यावर त्या दिवसाचं मनापासून शुभ चिंतिणं, त्याला आशीर्वाद देणं ही दिवसाची अतिशय चांगली सुरुवात होऊ शकेल.

● या दिवसाला माझ्या शुभेच्छा, माझे आशीर्वाद. हा दिवस खास ठरेल असं काहीतरी मला आज करता यावं.

● माझ्या आयुष्याला माझ्या शुभेच्छा, माझे आशीर्वाद. मला ते प्रेमानं आणि काळजीपूर्वक व्यतित करता यावं.

● सर्व लोकांना माझ्या शुभेच्छा, माझे आशीर्वाद. प्रत्येकातला चांगुलपणा बघण्याची दृष्टी मला लाभावी.

● निसर्गाला माझ्या शुभेच्छा, माझे आशीर्वाद. त्यातलं सौंदर्य बघणारी नजर माझ्याजवळ असावी.

● सत्याला माझ्या शुभेच्छा, माझे आशीर्वाद. ते सतत माझ्याबरोबर असावं.

**वर्तमानात जगायला शिका**

आत्ताच्या क्षणात, वर्तमान क्षणात आपण किती जगू शकतो याच्यावर आपली मन:शांती पुष्कळ प्रमाणात अवलंबून असते.

आपल्यापैकी बरेच जण एकाच वेळी अनेक गोष्टींची चिंता

करण्यात आयुष्याचा बराच काळ घालवतात हे निर्विवाद आहे. भूतकाळातल्या समस्या आणि भविष्याविषयीच्या चिंता यांनी आपले वर्तमानकाळातले क्षण व्यापून टाकलेले असतात. त्यांच्यामुळे आपण चिंताग्रस्त, उदास, निराश होतो. चिडचिडे होतो. वैतागतो. पण, त्याचबरोबर आपल्याला आवडणाऱ्या, महत्त्वाच्या वाटणाऱ्या, समाधान देणाऱ्या गोष्टी करण्याचं मात्र आपण लांबणीवर टाकतो. या गोष्टी नंतर 'कधीतरी' केलेल्याच बऱ्या, अशी स्वत:ची समजूत घालतो. दुर्दैवानं हा 'कधीतरी' प्रत्यक्षात कधीच उगवत नाही.

जॉन लेनॉन यानं एकदा म्हटलं होतं, "जीवन म्हणजे काय? तर आपण पुढचे बेत करण्यात गुंतलेलो असताना जे घडत असतं (आणि ज्याकडे आपलं दुर्लक्ष होत असतं) ते.' आपण पुढचे बेत करण्यात अडकलेलो असतानाच आपली मुलं मोठी होत असतात, आपली प्रेमाची माणसं दूर जात असतात, मृत्यू पावत असतात, आपली शरीरं बेढब, वयस्क होत असतात आणि आपली स्वप्नं निसटून जात असतात. थोडक्यात म्हणजे आयुष्य हातातून निसटून जात असतं.

आयुष्य म्हणजे पुढे कधीतरी होणार असलेल्या नाटकाची रंगीत तालीम नव्हे. पुढे कधीतरी नाटक होणार आहे, हवं ते घडणार आहे याची कोणीच खात्री देऊ शकत नाही. खरं तर आपण उद्या जिवंत असूच अशीही खात्री कोणी देऊ शकत नाही.

आपलं लक्ष वर्तमानकाळात गुंतलेलं असलं, वर्तमान क्षणांमधे जे घडतं आहे त्यात गुंतलेलं असलं की भीतीला मनात थारा मिळत नाही. मार्क ट्वेन यानं एकदा म्हटलं होतं, ''माझ्या आयुष्यात मी काही भयंकर प्रसंगांतून गेलो आहे, त्यापैकी काही खरोखरच प्रत्यक्षात घडले होते.'' (म्हणजे बाकीचे भयंकर प्रसंग केवळ कल्पनेत घडलेले होते.) आपलं चित्त वर्तमानात घडत असलेल्या गोष्टींवर केंद्रित केलं की भविष्याविषयी वेडेवाकडे विचार मनात येऊ शकत नाहीत.

○

# आयुष्य आत्ता जगा

आयुष्य 'जगण्याचं', जीवनातला आनंद मिळवण्याचं कोणत्याही कारणानं पुढे ढकलू नका. 'मी मोठा झालो की... हे करीन,' मला अधिक ज्ञान मिळालं की...' 'मला माझा जोडीदार सापडला की....' 'जेव्हा... घडेल तेव्हा...' अशा प्रकारच्या अनेक कारणांनी तुम्ही काही गोष्टी पुढे ढकललेल्या असतील. 'नंतर करू.' म्हणून बाजूला टाकलेल्या असतील. तसं असलं तर तो 'नंतर' आत्ताच आहे, वर्तमानकाळ हा नंतरचाच हे ध्यानात घ्या.

ज्या गोष्टी तुम्हाला कराव्याशा वाटतात त्या करायला आत्ता सुरवात करा आणि त्यांचा आनंद घ्या.

तुमच्या डोक्यातली एखादी अवास्तव कल्पना (मला जगावर राज्य करायचं आहे) प्रत्यक्षात आणण्याविषयी आपण बोलत नाही आहोत तर, 'माझं आयुष्य अधिक चांगलं झालं की मग मी चांगल्या, सकारात्मक गोष्टींवर माझं लक्ष केंद्रित करू शकेन,' असं म्हणण्याच्या प्रवृत्तीला आळा घालण्याविषयी बोलतो आहोत.

पुष्कळदा, प्रत्येक गोष्टीत दिरंगाई करण्याची आपल्याला सवयच होऊन जाते. नावडणाऱ्या गोष्टी तर आपण लांबणीवर टाकतोच, त्याच्या जोडीला आपल्याला आवडणाऱ्या गोष्टीही आपण चटकन

करत नाही. सुख, आनंद, समाधान या गोष्टी मोजक्याच असल्यासारखं आपण त्यांचे छोटे छोटे वाटे करतो. थोड्या थोड्या प्रमाणातच त्यांचा आस्वाद घेतो. पण खरं म्हणजे या तर अमर्याद असलेल्या गोष्टी आहेत. (दुःख आणि क्लेश, यातना हेही अमर्याद आहे.) आपण त्याचे कसे लहान-मोठे वाटे करायचे हे आपणच ठरवायचं असतं.

आनंद मिळवायचं लांबणीवर टाकण्यासाठी किंवा तो न घेण्यासाठी, शोधली तर अनेक कारणं सापडू शकतात. परिस्थिती बदलल्यावर सुख, आनंद मिळेल असं मानणं सोपं असतं. पण खरं तर तुमचं चित्त, तुमचं लक्ष केंद्रित करण्याची जागा फक्त बदलावी लागते. तुमच्या मनात आणि अवतीभवती घडणाऱ्या अनेक चांगल्या, सकारात्मक गोष्टी लक्षात आणा. त्यांच्यावर तुमचं लक्ष केंद्रित झालं की स्वाभाविकतःच मन आनंदी होईल.

जीवनात एक तर परिणाम तरी मिळतात किंवा कारणं तरी असतात. आपल्याला हवं ते (परिणाम) मिळालं नाही की ते का मिळालं नाही याची अनेक सुसंगत वाटणारी कारणं आपण देतो. ही कारणं कशी योग्य आहेत हे पटवण्याचा प्रयत्न करतो. पण असं करणं म्हणजे आपली शक्ती वाया घालवणं असतं. आपल्याला हवं ते मिळू शकतच नाही, मग जगण्यात काय अर्थ आहे असंही त्यातून वाटू शकतं.

तेव्हा, तुम्हाला हवं ते का मिळत नाही याची मीमांसा करण्यात वेळ आणि शक्ती वाया घालवण्याऐवजी ते मिळवण्यासाठी, प्राप्त करून घेण्यासाठी दुसरा मार्ग शोधा. आसपास आणि मनात घडणाऱ्या सगळ्या चांगल्या, सकारात्मक गोष्टींवर लक्ष केंद्रित करा. असं चांगलं काही नाहीच आहे असं वाटू लागलं तर भोवतालच्या परिस्थितीकडे नवीन दृष्टीनं बघा. नवीन दृष्टिकोनातून बघा. निर्मितीक्षम नजरेनं बघा. कुठल्या चांगल्या गोष्टी तुम्ही गृहीत धरताय ते शोधा. तरीही जर काहीच चांगलं सापडलं नाही तर श्वास रोखून धरा. काही मिनिटांतच तुम्हाला श्वासोच्छ्वासाचं महत्त्व आणि तुम्ही तो करू शकताहात याचा आनंद अशा दोन्ही गोष्टी जाणवतील. ही एक तरी चांगली, विधायक गोष्ट तुमच्याजवळ नक्कीच आहे.

**दुसरे काय म्हणतात किंवा करतात यावर तुमची योग्यता ठरत नाही.**

दुसऱ्यांचं तुमच्या विषयीचं मत हे केवळ त्यांचा तुमच्याविषयीचा वैयक्तिक दृष्टिकोन असतो. एक माणूस म्हणून, एक व्यक्ती म्हणून तुमची काय योग्यता आहे याच्याशी त्याचा अजिबात काही संबंध नसतो.

इतरांकडून, त्यांच्या बोलण्या-वागण्यातून तुम्हाला काही उपयुक्त, महत्त्वाच्या गोष्टी, प्रतिक्रिया, माहिती कळूही शकेल. पण त्यांना

तुम्ही आवडता की नाही, ते तुमचं कौतुक करतात की नाही यावर तुम्ही स्वतःच्या योग्यतेचं मोजमाप अवलंबून ठेवू नये. हे तथ्य जर सर्वांनीच मनात बाळगलं तर आपण सर्वच जण शांत मनानं जीवनातल्या चांगल्या गोष्टींचा आनंद घेऊ शकू. आपल्या स्वतःच्या योग्यतेची जाणीव आपल्या मनात असायला हवी. मग भले ती इतरांच्या ओठांवर नसली तरी चालेल.

दुर्दैवानं पुष्कळ लोक स्वतःची योग्यता, स्वतःची पात्रता, यांचा संबंध बाह्य गोष्टींशी आणि इतर माणसांशी जोडतात. कोणी तरी तुमची स्तुती करतं, तुम्हाला फुलं पाठवतं आणि तुमचा स्वतःविषयीचा आदर दुणावतो. या उलट, तुम्ही एखाद्या परीक्षेत नापास झालात, तुमची नोकरी गेली, तुमच्याशी कोणीतरी उर्मटपणानं वागलं, तुमची जवळची व्यक्ती तुमचा वाढदिवस विसरली की लगेच तुम्हाला तुम्ही कुचकामी, लायकी नसलेले आहात असं वाटू लागतं. सगळं जग आपल्याला त्रास द्यायला टपलेलं आहे असंही वाटू लागतं. आपण परिस्थितीचा, दुसऱ्यांच्या स्वार्थाचा बळी आहोत असं वाटू लागतं आणि असहायतेची भावना मनात घर करते.

पण असं होण्याचं कारण नाही आणि असं होऊ न देणं तुमच्याच हातात आहे. 'माझी योग्यता माझी लायकी यांचा इतरांच्या बोलण्या-वागण्याशी काही संबंध नाही,' हा विचार सतत मनात बाळगून असहायतेची भावना तुम्ही नाहीशी करू शकता.

समजा, एखाद्यानं तुम्हाला काहीतरी अणकुचीदार वस्तू फेकून मारली आणि तिच्यामुळे तुम्हाला बारीकशी जखम झाली. अशा वेळी तुम्ही त्याच्या कृतीचा काय अर्थ लावायचा हे तुमच्यावर अवलंबून आहे. 'अरे, त्यानं मला मारलं! मी असं काय केलं होतं? माझी काय चूक झाली होती? त्यानं मला मारलं त्याअर्थी मी त्याच लायकीचा असलो पाहिजे,' असा विचार जर तुम्ही करू लागलात तर तुम्ही स्वतःला आणखीच दुखवून घेता. या उलट तुम्ही, 'अरे, त्यानं मला मारलं! हे काही ठीक नाही केलं. मी माझ्या दुखापतीवर चट्कन उपचार करावा आणि अशा माणसांपासून चार हात दूरच रहावं हे बरं,' असा विचार मनात आणलात तर त्यामुळे तुम्हाला कमीपणाची भावना निर्माण होणार नाही. दुसरी माणसं आपल्याविषयी काय म्हणतात, त्यांचं आपल्याविषयी काय मत आहे याची चिंता करणं सोडून द्या. कारण पुष्कळदा ती तुमचा विचार करतच नसतात, तर तुमचं त्यांच्याविषयी काय मत आहे याचा विचार करत असतात.

## तुमची योग्यता, तुमची लायकी

समजा, एका तीन महिन्यांच्या तान्ह्या बाळाची काळजी घेण्याचं काम तुमच्यावर आलं आहे. त्याच्या भुकेच्या वेळेला दुसरा कसलाही विचार न करता तुम्ही त्याला दूध पाजाल की नाही? अर्थातच पाजाल. अशा वेळी तुम्ही त्याला, "तू आधी मला काहीतरी छान करून दाखव. उठून बसून मला एबीसी म्हणून दाखव किंवा निदान

हात-पाय उडवून माझ्याकडे बघून हसून तरी दाखव. मगच तुला दूध मिळेल.'' असं म्हणालं कां? तुम्ही त्याला दूध द्याल कारण त्याला भूक लागली आहे आणि त्याला दूध मिळायला हवं. माया, प्रेम, काळजी, चांगली वागणूक या सगळ्या गोष्टी त्याला मिळायला हव्यात कारण ते एक माणूस आहे. या विश्वाचा तेही एक अंश आहे.

तुम्हीही माणूस आहात आणि म्हणून या सगळ्याला तुम्हीही पात्र आहात. तान्हेपणी तुम्ही याला पात्र होतात आणि आताही पात्र आहात. बऱ्याच जणांना असं वाटतं की ते जर इतरांच्याइतके हुशार, देखणे, खूप पैसा कमावणारे, चतुर इ. नसले तर प्रेम, आदर या गोष्टींना ते पात्र ठरणार नाहीत. तेवढी त्यांची योग्यता असणार नाही. पात्रता असणार नाही.

## प्रेम व आदर यांना तुम्ही पात्र आहात

आपलं आंतरिक सौंदर्य आणि शक्ती यांकडे आपण फारच क्वचित लक्ष देतो. एखादी प्रेमकथा असलेला चांगला चित्रपट तुम्ही बघितलेला असेल ना? त्या चित्रपटातील नायक-नायिका जेव्हा विविध अडचणींतून जात असतात तेव्हा तुम्हाला अगदी मनापासून असं वाटत असतं की त्यांच्या प्रेमाच्या मार्गातले सगळे अडथळे दूर व्हावे आणि त्यांचं मिलन व्हावं. त्यांची ताटातूट, विरह, परतभेट, त्यांचं मिलन होऊ नये म्हणून दुष्टांनी केलेल्या कारवाया या सगळ्यांतून

पार पडून अखेरीस त्यांचं जेव्हा मिलन होतं आणि सिनेमा संपतो तेव्हा तुमचे डोळे पाण्यानं भरलेले असतात. भारावलेल्या, तृप्त मनानं तुम्ही थिएटरच्या बाहेर पडता.

असं का होतं? तर त्या नायक-नायिकेच्या प्रेमाशी, सुखदुःखाशी तुम्ही समरस झालेले असता. ज्या व्यक्ती वास्तवातल्या नाहीत त्यांच्याशीही तुम्हाला भावनिक जवळीक निर्माण झालेली असते. प्रेम वाटू लागलेलं असतं. हेच तुमचं आंतरिक सौंदर्य आहे. हे सुंदर केंद्र, हा सुंदर गाभा आपणा सर्वांमधे असतो.

आपण सर्वजण आपल्या भावना व्यक्त करतोच असं नाही. पण या भावना, हे सौंदर्य आपल्या सर्वांच्या मनात असतंच.

आपण टी.व्ही. बघतो, टी.व्ही. वरच्या बातम्या बघतो. कधीतरी या बातम्यांमधे जगातल्या, एखाद्या भागातल्या, एखाद्या आपल्याला ज्याची फारशी माहिती नाही अशा देशातल्या गरीबांची उपासमार होत असलेली, दैना होत असलेली दाखवली जाते आणि ते बघून आपण कळवळतो. त्या लोकांना निदान पोटभर अन्न मिळावं, त्यांचं दैन्य दूर व्हावं, असं आपल्याला मनापासून वाटतं. हे मनाचं सौंदर्य आपणां सर्वांच्यात असतं.

सौंदर्य तुमच्यात आहे हे ओळखा. प्रेम, करुणा, सहानुभूती हे सगळे मानवी गुण तुमच्यातही आहेत. तुम्हीही एक माणूस आहात आणि म्हणून चांगली वागणूक मिळण्याचा हक्क तुम्हालाही आहे.

तुमचीही ती योग्यता आहे. पात्रता आहे.

## स्वत:विषयी कमीपणाची भावना किंवा न्यूनगंड

आपल्या प्रत्येकाच्या मनात स्वत:विषयी काहीतरी एक कल्पना असते. स्वत:ची एक प्रतिमा मनात असते. ही प्रतिमा सकारात्मक आणि निकोप असावी यासाठी नेहमी प्रयत्नशील असायला हवं. पुढे दिलेल्यांपैकी काही गोष्टी जर आपल्या वागणुकीत आढळत असल्या तर आपल्या प्रतिमेमधे सुधारणेला वाव आहे असं समजावं.

१. स्वत:विषयी तुच्छतेनं किंवा कमीपणानं बोलणं

२. अपराधीपणाची भावना

३. दुसऱ्याचं कौतुक न करणं. त्याला चांगलं न म्हणणं.

४. दुसऱ्यानं केलेल्या कौतुकाचा स्वीकार करता न येणं.

५. स्वत:च्या गरजांकडे दुर्लक्ष करणं.

६. आपल्याला हवं ते न मागणं.

७. गरज नसताना, आरामदायक, सुखदायक गोष्टी नाकारणं, विनाकारण त्यांचा त्याग करणं.

८. दुसऱ्याला प्रेम किंवा आपुलकी न देणं.

९. दुसऱ्याच्या प्रेमाचा किंवा आपुलकीचा स्वीकार न करता येणं, त्याचा आनंद न घेता येणं.

१०. दुसऱ्याच्या चुका काढणं, टीका करणं.

११. स्वत:ची इतरांशी तुलना करणं.

१२. प्रकृतीच्या सतत तक्रारी असणं. आरोग्य चांगलं नसणं.

बदल घडवून आणणं आणि तो स्विकारणं या दोन्ही गोष्टी कठीणच असतात. आपली स्व-प्रतिमा जर कमीपणाची असली तर तीच आपल्या मनावर पुन:पुन्हा ठसत राहते. स्वत:मधे सुधारणा घडवून आणण्याचा प्रयत्न आपण सुरू केला तरी स्वत:ला दोषी समजणं, अपराधी वाटून घेणं, स्वत:कडे कमीपणा घेणं या सवयी सुटत नाहीत. हे टाळण्यासाठी आणि स्वत:विषयी अधिक चांगले-पणाची भावना मनात निर्माण होण्यासाठी काही गोष्टी पुढे सुचवल्या आहेत–

१. कौतुकाचा, अभिनंदनाचा स्वीकार करा- आणि आभार मानायला विसरू नका.

२. दुसऱ्याचं कौतुक करा, चांगलं म्हणा. दुसऱ्यात जे चांगलं आहे ते ओळखून त्याचं कौतुक करणं हा स्वत:ला चांगलं छान वाटून घेण्याचा एक सोपा मार्ग आहे.

३. स्वत:विषयी नेहमी चांगलंच बोला. आणि तसं बोलण्याजोगं काही नाही असं वाटत असलं तर गप्प रहा.

४. स्वत:चं कौतुक स्वत: करा. जेव्हा तुम्ही एखादी चांगली गोष्ट करता तेव्हा मनातल्या मनात का होईना, पण स्वत:ची पाठ थोपटून घ्या. स्वत:ची योग्यता ओळखा.

५. तुमचं स्वत्व आणि तुमची वागणूक या दोन वेगळ्या गोष्टी

आहेत हे लक्षात घ्या. तुम्ही एखादी मूर्खपणाची गोष्ट केलीत, एखादेवेळेस गाढवासारखे वागलात, उदा. समजा तुम्ही एखादेवेळेस दुसऱ्याची गाडी ठोकरली तर तेवढ्या चुकीमुळे काही तुम्ही वाईट ठरत नाही. तुम्ही एक चूक केलीत एवढंच त्यावरून ठरतं.

६. तुमच्या शरीराची नीट काळजी घ्या. तुमच्याजवळ एवढं एकच शरीर आहे हे लक्षात ठेवा. तुम्ही करत असलेल्या प्रत्येक गोष्टीचा काही ना काही परिणाम शरीरावर होत असतो. म्हणून व्यायाम आणि आहार यांच्याबाबत जागरूक रहा.

७. तुम्हांला इतरांकडून जशी वागणूक अपेक्षित असेल तसं तुम्ही त्यांच्याशी वागा. आपल्या वागणुकीनं तुम्ही इतरांना धडा घालून द्या. तुम्ही चांगलं वागलात की तेही तुमच्याशी चांगले वागतील.

८. चांगल्या माणसांच्या संगतीत रहा.

९. आनंद उपभोगताना मनात अपराधीपणाची भावना येऊ देऊ नका.

१०. सकारात्मक विचार मनात ठेवा.

११. नवीन कल्पना आणि स्फूर्ती देणारी पुस्तकं वाचा.

१२. आपण कसं असायला हवं असं तुम्हाला वाटतं तशी स्वतःची प्रतिमा मनात बाळगा म्हणजे आपोआप हळूहळू तुम्ही त्या प्रतिमेसारखे बनाल. स्वतःचं जे रूप (म्हणजे व्यक्तित्व) तुमच्या विचारांमधे सतत असेल ते तुम्हांला प्राप्त होत जाईल.

## भिन्नतेचं वास्तव स्वीकारा

जगात आपल्यासारखे नसणारे, वेगळ्या प्रकारे जगणारे, वागणारे लोक असतात हे आपण नाटकं, सिनेमे यांसारख्या कार्यक्रमांमधून बघतो. परदेशीच नव्हे तर अनेकदा परप्रांती केलेल्या प्रवासातही हीच गोष्ट आपल्या अनुभवाला येते. देश-कालमानानुसार संस्कृती बदलत असते. भिन्न संस्कृतींमधे पुष्कळदा मोठा फरक असतो. वागण्या-बोलण्या-राहण्याची आपली पद्धत आणि परकीय संस्कृतीतील व्यक्तींची पद्धत यांत खूप मोठं अंतर असू शकतं. आपलं वास्तव आणि त्यांचं वास्तव यात खूप फरक असू शकतो. हा फरक ओळखून त्याचा स्वीकार आणि आदर करायला शिका.

दोन संस्कृतींमधे खूप मोठा फरक असतो त्याचप्रमाणे दोन व्यक्तींमधेही फरक असतो. एकाच गोष्टीकडे बघण्याचा दृष्टिकोन आणि प्रतिसाद हे व्यक्ती-व्यक्तींप्रमाणे भिन्न असू शकतात. या वास्तवाचा एकदा स्वीकार केला आणि त्याला मान दिला की त्यामुळे जीवनात मोठा बदल घडून येऊ शकतो. दुसरी माणसं आपल्यापेक्षा वेगळी वागतील हे आपण गृहीत धरलं की भांडणं जवळजवळ संपुष्टात येतात. सहानुभूती, अनुकंपा वाढीस लागतात.

प्रत्येक माणूस हा वेगळा आहे हे नेहमी लक्षात ठेवलं की इतरांविषयी आणि स्वत:विषयी अधिक आत्मीयता वाटू लागेल आणि आपल्यासारखं दुसरं कोणीही नाही या गोष्टीची किंमत, या

गोष्टीचं महत्त्व ध्यानात येईल.

## अधिक सहनशील बना

शांत, प्रेमळ व्यक्तित्वासाठी सहनशीलता फार उपयोगी पडते. तुम्ही जितके अधिक सहनशील बनाल, तेवढा तुमच्या जीवनाचा, आहे त्या परिस्थितीचा स्वीकार करणं तुम्हाला सोपं जाईल. सहनशीलता नसली तर जगणं फार तापदायक, वैतागवाणं वाटू लागतं. तुम्ही लौकर चिडचिडता, रागावता. सहनशीलतेमुळे स्वीकार करण्याची आणि सहजतेची वृत्ती अंगी बाणते. आंतरिक शांतीसाठी सहनशीलता फार आवश्यक आहे.

सहनशीलता म्हणजे असलेल्या वास्तवाचा, वर्तमानक्षणाचा स्वीकार तो आवडत नसला तरी करणं. समजा, तुम्ही रहदारीच्या गुंत्यात अडकला आहात आणि ठरलेल्या भेटीची वेळ टळून जाते आहे. तुम्हाला उशीर होतो आहे अशा वेळी चिडून किंवा वैतागून न जाता मनावरचा ताण जाणीवपूर्वक कमी करणं म्हणजे सहनशीलता. तसं केलं की 'उशीर होणं' ही किती क्षुल्लक गोष्ट आहे हे तुमच्या लक्षात येतं.

दुसऱ्याचं निर्दोषित्व लक्षात घेणं ही गोष्टही सहनशीलतेमधे अंतर्भूत असते. दुसऱ्याचा काही दोष नाही ही गोष्ट मनात आणली की मन लगेच शांत होतं आणि चित्त वर्तमानात परत येतं.

मला असं आढळून आलं आहे की नीट विचार केला तर

इतरांचा आणि वैतागवाण्या वाटणाऱ्या परिस्थितीचाही काही दोष नाही हे आपल्या लक्षात येऊ लागतं. असं झालं की स्वाभाविकपणेच तुम्ही शांत आणि सहनशील, समजूतदार बनता. एवढंच नव्हे तर काही वेळा अगदी वैतागवाण्या वाटणाऱ्या परिस्थितीतही तुम्हाला मजा वाटू लागते.

**प्रेमळपणा, आपुलकी व्यक्त करण्यात पुढाकार घ्या.**

आपल्यापैकी पुष्कळांच्या मनात लहानमोठे राग, रूसवे, खंती साठून राहिलेल्या असतात. एखाद्या घटनेनं आलेला राग, एखाद्या व्यक्तीच्या वागण्याबोलण्यामुळे निर्माण झालेली खंत, यासारख्या गोष्टी वर्षानुवर्षं मनाच्या कोपऱ्यात पडून राहिलेल्या असतात. ही खंत किंवा राग कमी करण्यासाठी दुसऱ्यानं पुढाकार घ्यावा म्हणजे आपले संबंध सुधारतील, आपली मैत्री टिकून राहील असं त्यांना वाटत असतं.

राग असा मनात धरून ठेवला की अगदी क्षुल्लक, किरकोळ बाबही फार महत्त्वाची वाटू लागते. त्या बाबतीतली आपली भूमिका ही आपल्या सुखापेक्षाही अधिक महत्त्वाची आहे असं वाटू लागतं. आपणच बरोबर आहोत हे सिद्ध करणं महत्त्वाचं वाटू लागतं. पण खरं तर, तुमची भूमिका किती बरोबर आणि किती चूक हे सिद्ध करण्यापेक्षा तुमचं सुख आणि समाधान या गोष्टी फार महत्त्वाच्या असतात.

स्वत:चा आग्रह सोडणं, दुसऱ्याशी जवळीक साधण्याचा प्रयत्न करणं हा सुखी होण्याचा मार्ग आहे, दुसरी व्यक्ती बरोबर आहे, योग्य आहे असं समजा. ती बरोबर आहे म्हणजे तुम्ही चूक आहात असं काही नाही. एकदा तुम्ही तुमचा आग्रह सोडला की दुसऱ्याच्या बरोबर असण्याचाही आनंद तुम्हाला घेता येईल. समाधान मिळेल. त्यांनाही तुमच्याविषयी अधिक आपुलकी निर्माण होईल. तेही तुमच्याशी जवळीक साधण्याचा प्रयत्न करतील. पण समजा तसं झालं नाही, तरी काही बिघडत नाही. आपण आपल्या बाजूनं प्रयत्न केला याचं समाधान आणि त्यामुळे येणारी शांती यांचा लाभ तुम्हाला होईलच.

## अधिक चांगले श्रोते व्हा

नीट लक्षपूर्वक ऐकायला शिका. चांगले श्रोते बना. दुसरी व्यक्ती बोलत असताना, काही सांगत असताना मधे न बोलणं एवढाच 'लक्षपूर्वक ऐकणं' याचा अर्थ नाही. तर दुसऱ्याचे विचार शांतपणे आणि पूर्णपणे ऐकून घेणं, त्याला प्रत्युत्तर देण्याची घाई न करणं असाही याचा अर्थ आहे.

पुष्कळदा आपलं दुसऱ्याशी होत असलेलं संभाषण हे एखाद्या शर्यतीसारखं घाईघाईत चाललेलं असतं. त्याचं बोलणं संपतं न संपतं तोच आपलं बोलणं सुरू होतं. काही वेळा तर त्याचं बोलणं मधेच तोडून आपलं बोलणं सुरू होतं. दुसऱ्याचं नीट ऐकून घ्यायला आपल्याजवळ जणू पुरेसा वेळच नसतो. आपलं संभाषण हे एक

प्रकारे आपल्या धावपळीच्या आयुष्याचं प्रतीक असतं.

दुसऱ्याचं म्हणणं नीट ऐकून घेऊन मग सावकाश त्याला प्रतिसाद देण्यानं, चांगला श्रोता बनण्यानं तुमचं मन शांत व्हायला मदत होते. तुमच्यावरचा ताण कमी होतो. नीट विचार केलात तर तुमच्या असं लक्षात येईल की समोरची किंवा टेलीफोनवर बोलणारी व्यक्ती पुढे काय म्हणणार आहे याचा अंदाज घेत, तिला ताबडतोब काय प्रतिसाद द्यायचा हे मनातल्या मनात ठरवण्यात बराच तणाव निर्माण होतो आणि तुमची बरीच ऊर्जा खर्ची पडते.

पण हेच जर तुम्ही दुसऱ्या व्यक्तीचं म्हणणं नीट लक्ष देऊन ऐकत राहिलात आणि तिचं बोलणं पूर्ण होण्याची वाट पाहिलीत तर तुमच्या आणि त्या बोलणाऱ्या व्यक्तीच्याही मनावरचा ताण हलका होईल. परिणामी त्या व्यक्तीचा प्रतिसादही सावकाश येईल. तुमच्या बोलण्यावर ती व्यक्ती घाईनं काही प्रतिक्रिया देणार नाही आणि तुमचे संबंध सुधारतील.

आपलं बोलणं दुसऱ्यानं लक्षपूर्वक ऐकावं असं प्रत्येकालाच वाटत असतं.

**सक्तीनं काही करू नका.**

तुम्ही जे काही कराल ते स्वेच्छेनं करा. केवळ कर्तव्यभावनेनं किंवा उपकाराच्या ओझ्याखाली करू नका.

पुष्कळदा अनेकांच्या लक्षात येत नाही की त्यांचं आयुष्य हे

'त्यांचं' आहे. इतरांचं नाही. इतरांच्या मागण्या आणि इच्छा पुऱ्या करण्यासाठी नाही. ही गोष्ट ध्यानात येण्यासाठी कधी कधी आयुष्याच्या सीमारेषेला स्पर्श व्हावा लागतो. एखादा जीवघेणा आजार झालेली व्यक्ती या सीमारेषेपर्यंत आलेली असते आणि तेव्हा हे सत्य तिला जाणवतं. पण असं होण्याची, हे सत्य समजण्यासाठी आयुष्याच्या सीमेपर्यंत पोचण्याची गरज नसते.

'कोणतीही गोष्ट मी केलीच पाहिजे अशी सक्ती नाही.' हे वाक्य मनातल्या मनात परत परत म्हणा. त्यामुळे जी मोकळेपणाची भावना येते, भार उतरल्यासारखं वाटतं त्याचा अनुभव घ्या.

मग पुढे म्हणा, 'आणि जे मला करावंसं वाटतं ते मी करू शकतो.'

ही दोन्ही वाक्यं एकत्र घेतली की एक छान आणि ज्याची आवश्यकता आहे असं घोषवाक्य तयार होतं. 'कोणतीही गोष्ट करण्याची माझ्यावर सक्ती नाही आणि मला हवं ते मी करू शकतो.' हे एक सकारात्मक विधान तयार होतं.

**ज्यांच्यामुळे तुमचं मनःस्वास्थ्य बिघडतं त्या व्यक्तींना आणि त्या परिस्थितीला टाळा.**

तुम्हाला न आवडणारी परिस्थिती, व्यक्ती अनुभव इ. टाळा. काही लोक याला पळपुटेपणा म्हणतील. पण हा तर शहाणपणा होय. विविध वस्तू, वेगवेगळे विषय, तऱ्हेतऱ्हेची माणसं, अनेक

विध अनुभव, यांनी आपलं जग खच्चून भरलेलं आहे. त्या सर्वांचा अनुभव घेणं अशक्य आहे. तर मग आपल्याला आवडणाऱ्या गोष्टींशीच आपण संबंध का जोडू नये? त्यांचाच अनुभव का घेऊ नये?

पण आपल्याला नकोसे वाटणारे अनुभव, नकोश्या वाटणाऱ्या व्यक्ती नेहमीच टाळता येत नाहीत. उदा.-समजा तुम्हाला 'अ' या व्यक्तीला भेटायचं आहे. पण तिला भेटण्यासाठी 'ब' आणि 'क' यांच्यामार्फतच तुम्हाला जावं लागणार आहे. अशावेळी तुम्हाला 'ब' आणि 'क'शी संपर्क टाळणं अशक्य होतं. अशा वेळी 'अ'ला भेटणं किती महत्त्वाचं आहे हे ध्यानात ठेवलं जर 'ब' आणि 'क'शी नकोसा वाटणारा संपर्क सुसह्य होईल.

पण नकोशा वाटणाऱ्या ज्या गोष्टी टाळता येतील त्या जरूर टाळाव्या. उदा.-नको असताना पार्टीला जाणं, नावडत्या व्यक्तींना भेटणं, टी.व्ही. वरचे नावडणारे कार्यक्रम बघणं इ.

कठीण गोष्टींचा सामना करणं, त्यांना तोंड देणं यांतून प्रगती होते या सिद्धांताच्या विरुद्ध हे वागणं आहे, हे खरं आहे. पण रोजच्या धकाधकीच्या आयुष्यात अनेक लहान-मोठी आव्हानं तुमच्यासमोर येतच असतात आणि त्यांना तुम्ही तोंड देतच असता. तुम्ही आव्हानाच्या शोधात जाण्याची गरज नसते. तेच तुमच्यासमोर उभं राहतं. त्याचा स्वीकार करून शांतपणानं, धीरानं त्याला तोंड देण्याची वेळ तेव्हांची असते. तेव्हा तुम्ही त्याचा सामना करायचा असतो.

पण अप्रिय गोष्टी जर टाळता येण्यासारख्या असल्या तर त्या जरूर टाळाव्या.

अर्थात, तुम्ही जर स्वत:च्या विचारांना आणि इच्छांना अनुसरून वागण्याचं स्वातंत्र्य घेत असलात, तर ते स्वातंत्र्य तुम्ही इतरांनाही द्यायला हवं. त्यांचं वागणं तुमच्या मनासारखं नसलं तरी त्याचा स्वीकार करायला हवा.

तुम्हाला दुसऱ्या व्यक्तीचं वागणं नापसंत असलं तर आधी स्वत:ची मतं तपासा. काय 'करावं' आणि काय 'करू नये' याची एक यादीच आपल्या मनात तयार झालेली असते. ती यादी तपासा. तुमचं मत हे केवळ मत आहे, एकमेव सत्य नाही हे लक्षात घ्या आणि दुसऱ्या व्यक्तीच्या तुम्हाला नावडणाऱ्या वागण्यामुळे चिडण्याचं, रागावण्याचं टाळा.

खूपशा नकारात्मक विचारांच्या पाठीमागे तुमचं इतरांविषयीचं मत आणि इतरांचं तुमच्याविषयीचं मत हे कारण असतं. (सगळे नकारात्मक विचार तसे अनावश्यकच असतात पण मतभिन्नतेमुळे निर्माण होणारा राग, भय आणि अपराधीपणाची भावना तर अगदीच अनावश्यक असते.)

व्यक्ती-व्यक्तींमधे असलेल्या भिन्नतेत आनंद मानायला शिका. आपण सगळे जर एकसारखे असतो, आपले विचार, भाषा, कृती, या सगळ्या गोष्टी सारख्या असत्या तर हे जग किती नीरस आणि

कंटाळवाणं झालं असतं याची कल्पनाच केलेली बरी!

**स्वत:ची मन:स्थिती ओळखा, 'मूड' ओळखा.**

तुमची मन:स्थिती, तुमचा मूड हा पुष्कळदा अतिशय फसवा असू शकतो. तुमचा मूड ठीक नसला तर तुम्हाला तुमचं आयुष्य आहे त्यापेक्षा खूपच वाईट भासू शकतं. याउलट मूड चांगला असला तर आपलं आयुष्य किती चांगलं आहे असं वाटू लागतं. चांगल्या मूडमधे असताना सगळ्या समस्या सोप्या वाटू लागतात, दुसऱ्याशी सहज संपर्क साधता येतो, संबंध छान, सुरळीत आहेत असं वाटतं. दुसऱ्यानं तुमच्यावर टीका केली तरी तुम्ही ती सहजपणे झेलता.

याउलट, तुमचा मूड जर बिघडलेला असला तर तुम्हाला आयुष्य फार गंभीर आणि कठीण वाटू लागतं. तुमच्या भोवतालच्या लोकांच्या वागण्याचा चुकीचा अर्थ तुम्ही लावता आणि आपल्यावर वैयक्तिक टीका होते आहे असं समजता. दुसऱ्यांच्या वागण्यामागचा हेतू चांगला नाही असा अर्थ त्यातून काढता.

यात अशी मेख आहे की मूड हे सतत बदलत असतात. मन:स्थिती बदलत असते आणि ही गोष्ट आपण कोणी लक्षात घेत नाही. मूड बिघडला की आपल्याला वाटतं की आपलं आयुष्य एकदम खडतर झालं आहे. याउलट आपला मूड चांगला असला की सगळ्या गोष्टी छान आहेत, सगळं सुरळीत चाललं आहे अशी भावना मनात निर्माण होते.

गंमत म्हणजे आपला मूड, आपली मन:स्थिती सारखी बदलत असते. सकाळी चांगल्या मूडमधे असणाऱ्या माणसाला त्याची पत्नी, मुलंबाळं, त्याची नोकरी, त्याची गाडी या सगळ्या गोष्टी आवडत असतात आणि जीवन चांगलं आहे, भविष्य आशादायक आहे असं वाटत असतं. पण हेच त्याचा मूड बिघडला की त्याला पत्नीची आणि मुलाबाळांची कटकट वाटू लागते, नोकरीत तो करत असलेल्या कामाचं श्रेय त्याला पुरेसं मिळत नाही असं वाटू लागतं, एवढंच नव्हे तर एखादेवेळी जुन्या बालपणीच्या गोष्टी उकरून काढून तो आईवडिलांनाही दोष देऊ लागतो.

अशा दोन टोकांच्या दोन मूड्समधे आपलं मन हेलकावत असतं आणि हे आपल्या सर्वांच्याच बाबतीत घडतं. एकसारख्याच असलेल्या परिस्थितीला आपण कसा प्रतिसाद देतो हे आपल्या मन:स्थितीवर अवलंबून असत. चांगल्या मन:स्थितीत असताना ज्या गोष्टी आपल्याला सुखावह वाटतात त्याच गोष्टी, आपली मन:स्थिती बिघडली की तापदायक वाटू लागतात. कारण त्यांच्याकडे बघण्याचा आपला दृष्टिकोन बदललेला असतो. अशा वेळी आपल्या बिघडलेल्या मूडला दोष देण्याऐवजी आपण परिस्थितीला, भोवतालच्या माणसांना, नोकरीला, अशा अनेक गोष्टींना दोष देतो. तासा-दोन तासात जणू काही आपलं सगळं आयुष्यच बिघडून गेलं आहे असं समजू लागतो.

पण खरं तर, साधारणपणे तसं कधीच नसतं. आपला मूड

खराब असताना वाटतं तितकं आयुष्य कधीच वाईट नसतं. म्हणून अशा वेळी रागानं धुमसत राहण्याऐवजी किंवा मनात कुढत राहण्याऐवजी आपल्या आयुष्याविषयी तुम्ही काढलेल्या निष्कर्षाची नीट तपासणी करा आणि स्वत:ला बजावा, 'मी चिडलो आहे (रागावलो आहे, उदास झालो आहे, ताणलेल्या मन:स्थितीत आहे इ.) माझा मूड बिघडला आहे. असं झालं की मला नेहमीच निराश, विफल असं वाटतं. पण हा बिघडलेला मूड थोड्या वेळानं सुधारणार आहे. तेव्हा मला इतकं निराश होण्याचं काहीच कारण नाही.' मूड खराब होणं, मन:स्थिती बिघडणं ही एक सर्व माणसांच्या अनुभवाला येणारी गोष्ट आहे. आहे ही बिघडलेली मन:स्थिती कालांतरानं सुधारतेच हे ध्यानात घेऊन तिला नकारात्मक प्रतिक्रिया देऊ नका.

तुम्ही खराब मूडमधे असलात तर ती वेळ तुमच्या आयुष्याची चिकित्सा करण्याची नाही. अशी चिकित्सा तेव्हा करणं हे भावनिक आत्महत्या करण्यासारखं होईल. तुमच्यासमोर जर काही समस्या असली तर ती सोडवण्यासाठी मूड सुधारण्याची वाट पहा आणि नंतर तिच्यावर उत्तर शोधा. समस्या काही कुठे पळून जाणार नाही आहे.

आपल्या चांगल्या मूडचा आनंद घेणं आणि खराब मूडचा फार गंभीरपणे विचार न करता तेव्हाही मनाचा तोल सांभाळणं या गोष्टी फार महत्त्वाच्या आहेत. म्हणून तुमचा मूड बिघडला की

स्वत:ला बजावा, 'हाही काळ जाणार आहे.'

## ताण कमी करा

ताण कमी करणं, शिथिलीकरण, सैलावणं म्हणजे काय? या संज्ञा आपण सारख्या ऐकत असतो पण त्याचा फारसा विचार मात्र कधी करत नाही. तुम्ही जर एखाद्याला त्यांचा अर्थ विचारला तर त्याच्या उत्तरावरून असं वाटू लागतं की सैलावणं, शिथिलीकरण, ताण कमी करणं ही पुढे कधीतरी करण्याची गोष्ट आहे– जेव्हा तुमचं सगळं काम उरकलेलं असेल, जेव्हा तुम्ही सुट्टीवर जाल, जेव्हा तुम्ही निवृत्त व्हाल तेव्हा तुम्ही हे करू शकाल.

यातून असा अर्थ निघतो की आयुष्याचा बाकीचा भाग (म्हणजे जवळजवळ ९५%भाग) हा तुम्ही धावपळीत, ताणलेल्या मन:स्थितीत काढायला हवा! शिथिलीकरण, ताण कमी करणं याबाबत आपल्यापैकी बहुतेकजण उदासीन असतात. त्यामुळेच बरेच लं.क सतत घाईत आणि ताणाखाली असतात.

शिथिलीकरण हा आपल्या मनाचा एक गुण आहे आणि तो आपण नियमितपणे वापरू शकतो असा विचार करणं याबाबतीत उपयुक्त ठरतं. शिथिलीकरणानं शांत, स्वस्थ झालेली माणसंही खूप कार्यक्षम असू शकतात. आणि शिथिलीकरण व निर्मितीक्षमता या गोष्टी तर जोडीनंच येतात. उदा.-मी जेव्हा ताणाखाली असतो तेव्हा लेखन करण्याचा विचारसुद्धा करत नाही. हेच मी जेव्हा सैलावलेला,

शिथिल असतो तेव्हा माझं लेखन भराभर होतं.

शिथिल होण्यासाठी, शिथिलीकरणासाठी आपल्या आयुष्यातल्या आव्हानांना आधीपेक्षा वेगळ्या प्रकारे प्रतिसाद देण्याची शिकवण मनाला द्यावी लागते. कोणत्याही गोष्टीला प्रतिसाद कसा द्यायचा हे तुमच्या हातात असतं ही गोष्ट स्वतःच्या मनाला हळुवारपणे पण वारंवार सांगावी लागते. परिस्थितीचा विचार नव्या प्रकारे करायला शिकावं लागतं. त्यातूनच तुमचं व्यक्तिमत्त्व शांत, स्वस्थ बनत जातं.

**स्वतःच्या भावनांकडे लक्ष द्या.**

स्वतःच्या भावनांकडे दुर्लक्ष करू नका. त्या तुम्हाला काहीतरी सांगण्याचा प्रयत्न करत असतात. तुम्हाला योग्य दिशेनं घेऊन जाणारी ती एक अचूक दिशादर्शक प्रणाली आहे असं समजा. तुम्ही वाट चुकून संघर्ष व दुःखाच्या दिशेनं जात आहात, की तुम्ही योग्य मार्गावर असून मनःशांतीकडे तुमची वाटचाल सुरू आहे हेही प्रणाली तुम्हाला सांगते. तुमच्या भावना या एखाद्या दाबमापकासारखं काम करतात. तुमच्या आंतरिक हवामानाची माहिती त्या तुम्हाला देत राहतात.

जेव्हा तुम्ही एखाद्या गोष्टीच्या गंभीर विचारात अडकलेले नसता तेव्हा सर्वसाधारणपणे तुमच्या भावना सकारात्मक असतात. तुमचे विचार योग्य दिशेनं चालले आहेत आणि त्यात फेरफार करण्याची काही आवश्यकता नाही असं त्या तेव्हा तुम्हाला सांगतात.

जेव्हा तुम्ही चिडचिडलेले असता, रागावलेले असता, ताणाखाली असता तेव्हाच्या तुमच्या या भावना खरं म्हणजे तुम्हाला सांगत असतात की तुमचा दृष्टिकोन थोडा बदलायला हवा आहे, मनावरचा ताण कमी करायला हवा आहे.

राग, चीड, उद्वेग या आणि अशा नकारात्मक भावना म्हणजे धोक्याची सूचना देणाऱ्या लाल दिव्यांसारख्या असतात. हे धोक्याचे सिग्नल लागले की समजावं आपल्याला शिथिलीकरणाची, मनावरचे ताण सैल करण्याची गरज आहे.

नकारात्मक भावनांची चिकित्सा करू नये. तशी चिकित्सा करत राहिलं तर त्यातून आणखी नकारात्मक भावना निर्माण होण्याची शक्यता असते आणि मग त्यांचाही सामना करावा लागतो.

तुमची मन:स्थिती बिघडली की आपल्याला असं का वाटतं आहे याची चिकित्सा करण्यात अडकून न पडता, नकारात्मक भावनांच्या मदतीनं शांत मन:स्थितीकडे कसं जाता येईल हे बघणं अधिक योग्य ठरेल.

आपल्या मनात नकारात्मक भावना नाहीतच असा बहाणा करण्याऐवजी, तुम्ही जीवनाकडे इतक्या गंभीरपणे का बघता, क्षुल्लक गोष्टींना महत्त्व का देता ते शोधण्याचा प्रयत्न करा. जीवनाशी लढण्याचा, दोन हात करण्याचा पवित्रा सोडून द्या. जरा थांबा. खोल श्वास घ्या आणि शिथिलीकरण करा. ताण कमी करा. आयुष्य

म्हणजे काही आणीबाणी नाही. तुमच्या वागण्यानं तुम्ही त्याची आणीबाणी बनवू नका.

**प्रेमळ बना**

प्रेम, माया, ममता ही जीवनातील सर्वात मोलाची गोष्ट आहे. सगळे साधू, संत, थोर पुरुष हेच सांगतात आणि तरीदेखील आपल्यातले बरेचजण प्रेम, माया कशी करावी हेच विसरलेले असतात किंवा मुळात शिकलेलेच नसतात.

या बाबतीतला माझा स्वतःचा अनुभव मी तुम्हाला सांगतो. माझ्या असं लक्षात आलं आहे की दुसऱ्यांवर प्रेम करण्यासाठी आधी स्वतःवर प्रेम करावं लागतं. हे कसं करायचं? तर स्वतःला प्रिय असणाऱ्या गोष्टी करून.

तुम्ही पुरेसे प्रेमळ नसलात तर आधी स्वतःवर प्रेम करू लागा. त्याची सुरवात म्हणून तुम्हांला काय करायला आवडतं, कशामुळे सुख मिळतं, आनंद मिळतो याचा विचार करण्यात काही वेळ घालवा. आणि मग त्या गोष्टी करू लागा. तुम्ही असं करू लागलात की तुमच्या जीवनात लगेच खूप मोठा बदल घडून येईल. तुम्हाला हव्या त्या गोष्टी भराभर घडत जातील असं समजू नका. तशी अपेक्षाही करू नका. असं घडून येण्यासाठी काही काळ जावा लागेल आणि कदाचित मदतीचीही गरज भासेल. सुदैवानं याबाबत पुष्कळ माहिती आज उपलब्ध आहे.

पुष्कळदा, आपल्याला आवडणाऱ्या गोष्टी करणं हे स्वार्थीपणाचं आहे असं आपल्याला शिकवलं गेलेलं असतं. पण तसं नाही. दुसऱ्यांना प्रेम देण्यासाठी आधी आपल्या स्वत:जवळ भरपूर प्रेम असणं आणि म्हणून स्वत:वर प्रेम करणं आवश्यक ठरतं.

## जीवन प्रेममय करा

स्वत:चं जीवन प्रेमानं भरलेलं असू नये असं वाटणारी एकही व्यक्ती माझ्या माहितीत नाही. जीवन प्रेममय होण्यासाठी प्रयत्नांची सुरुवात स्वत:पासून करायला हवी. आपल्याला हवंहवंसं असणारं प्रेम दुसऱ्यांकडून मिळण्याची वाट बघण्याऐवजी आपण दुसऱ्यांना प्रेम देऊ लागावं. त्यांच्यावर माया करावी. ममतेनं वागावं. आपल्या वागण्यानं त्यांना उदाहरण घालून द्यावं.

तुम्ही दुसऱ्यांशी प्रेमानं वागू लागलात की स्वाभाविकत:च त्यांचा प्रतिसादही तसाच असतो. तुम्ही पुढाकार घेतलात की तुमच्या पावलावर पाऊल टाकून तेही तुम्हाला माया, प्रेम देऊ लागतात आणि तुमचं व त्यांचंही जीवन प्रेममय होऊ शकतं.

आपलं स्वत:चं आयुष्य फार रुक्ष, प्रेमरहित आहे असं तुम्हाला वाटत असलं किंवा एकंदरीतच सगळं जग फार रुक्ष आहे, मायेचा ओलावा नसलेलं आहे असं जर तुम्हाला वाटत असलं तर एक प्रयोग करून बघा. जगाचा आणि दुसऱ्यांचा विचार सोडा आणि स्वत:च्या मनात डोकावून बघा. तुम्ही अधिक प्रेम देऊ शकता का?

प्रेमाचा स्रोत बनू शकता का? स्वत:चा आणि इतरांचा विचार प्रेमानं करू शकता का? स्वत:विषयी आणि तुमच्या मायेच्या माणसांविषयी तुमच्या मनात असलेलं प्रेम तुम्ही जगातील इतर माणसांनाही देऊ शकता का? ज्या व्यक्ती तुमच्या प्रेमाला पात्र नाहीत असं तुम्हाला वाटतं त्यांनाही तुम्ही प्रेम देऊ शकता का? तुम्ही अधिक प्रेम करू शकता का?

स्वत: प्रेमाचा स्रोत बनणं आणि अधिक प्रेमासाठी मन मोठं करणं या गोष्टींना प्राधान्य दिलंत की दुसऱ्यांकडून प्रेम मिळवण्याच्या दिशेनं तुम्ही एक महत्त्वाचं पाऊल उचललेलं असेल.

तुम्ही दुसऱ्यांना प्रेम देऊ लागलात की एक महत्त्वाची गोष्ट तुमच्या लक्षात येईल. तुम्ही भरभरून प्रेम देऊ लागलात की तुम्हालाही भरभरून प्रेम मिळेल. स्वत: प्रेम देणं तुमच्या हातात आहे, दुसऱ्यानं तुम्हाला प्रेम देणं, न देणं हे तुमच्या हातात नाही. पण तुम्ही दुसऱ्याला प्रेम देऊ लागलात की तुमच्या असं लक्षात येईल की तुम्हालाही पुष्कळ प्रेम मिळतं आहे. तुमचं आयुष्य प्रेममय होतं आहे.

आणि मग तुमच्या लक्षात येईल की प्रेम हेच जीवनाचं सार्थक आहे.

## स्वत:च्या विचारांतली ताकद ओळखा

आपल्या मनोव्यापारांचं एक अतिशय महत्त्वाचं अंग आहे, ते

म्हणजे विचार व भावना यांच्यातील संबंध.

आपण सतत विचार करत असतो हे लक्षात घेणं महत्त्वाचं आहे. एक क्षणभर थबकून तुम्ही करत असलेल्या श्वासोच्छ्वासाचा विचार करा. असा विचार करण्याच्या क्षणापर्यंत, आपण श्वासोच्छ्वास करतो आहे हेच तुम्ही विसरला होता. खरं म्हणजे, एखादेवेळेला धाप लागली तरच तुम्हाला श्वासोच्छ्वासाची आठवण होते, एरवी नाही.

विचारांचंही काहीसं तसंच आहे. विचार सतत चालू असल्यामुळेच तुम्ही विचार करताय हे तुमच्या ध्यानात रहात नाही. तुम्ही ते विसरून जाता. पण ते विसरण्यानं काही गंभीर समस्या उभ्या राहू शकतात. दु:ख, राग, अंतर्मनात द्वंद्व, ताण या आणि अशा भावना निर्माण होऊ शकतात. कारण तुमचे विचारच या भावना निर्माण करतात. विचार आणि भावना यांचा थेट संबंध असतो.

मनात रागीट विचार नसताना रागावण्याचा विचार करा बरं! दु:ख वाटत नसताना दु:खी होण्याचा किंवा मत्सर वाटत नसताना मत्सरग्रस्त होण्याचा प्रयत्न करू बघा. तसं तुम्ही करूच शकत नाही. ते अशक्य आहे.

कोणतीही भावना अनुभवाला येण्यासाठी त्या भावनेला जन्म देणारा विचार मनात यावा लागतो.

दु:ख हे स्वतंत्रपणे अस्तित्वात असू शकत नाही. दु:ख ही भावना आहे आणि ती जीवना यीच्या तुमच्या नकारात्मक विचारांमधून

जन्माला येते. नकारात्मक विचार नसले तर दु:ख, ताण, राग, मत्सर या भावनाही निर्माण होऊ शकत नाहीत. या भावना निर्माण व्हायला आणि त्या मनात साठून रहायला तुमचे विचारच कारणीभूत असतात. तुमचं जीवन नव्हे तर तुमचे विचार निराशेचे, नकारात्मक असतात हे लक्षात ठेवा. ही जाणीव तुम्ही बाळगलीत की सुखाच्या दिशेनं तुमच्या प्रवासाची सुरवात झाली असं म्हणता येईल.

# विचारांची ताकद

एक विचार. मेंदूतील ऊर्जा-प्रवाहाचा एक सूक्ष्मसा अंश. निरुपद्रवी भासणारी, क्षणिक अस्तित्व असणारी गोष्ट. पण एकामागून एक निर्माण होणाऱ्या, एखाद्या मालिकेप्रमाणे सुरू राहणाऱ्या विचारांचा, या विचारमालिकांचा आपल्या शरीरावर, मनावर आणि भावनांवर परिणाम होत असतो.

आपलं शरीर आपल्या विचारांना प्रतिसाद देतं. उदा-तुम्ही एक संत्र हातात घेतलं आहे अशी कल्पना करा. कल्पनेनंच ते सोला, त्याच्या फोडी उकलून त्यातल्या बिया काढून टाका, त्याचा वास घ्या. आता कल्पनेनंच फोड तोंडात टाकून चावा, त्याच्या आंबट-गोड रसाचा आस्वाद घ्या. तुमची कल्पना इथपर्यंत येईतो तुमच्या तोंडाला प्रत्यक्षात पाणी सुटलेलं असेल. आंबा, संत्र किंवा दुसरं कुठलंही आवडतं फळ, एवढंच नव्हे तर कुठलाही आवडता पदार्थ खाण्याची काल्पनिक क्रिया करताना सुद्धा आपल्या बहुतेक सर्वांच्या तोंडाला पाणी सुटतं. आपल्या मनातल्या विचारांना शरीरानं दिलेला तो प्रतिसाद असतो.

आता, तुमच्या हातात एक खरखरीत सँड पेपर (एमरी पेपर) आहे अशी कल्पना करा. कल्पनेतच तो कागद तोंडात घालून चावा.

त्या खरखरीत सँडपेपरवर दात घासले जात आहेत या नुसत्या कल्पनेनंसुद्धा कसंतरी होतं, अंगावर शहारे येतात असं तुम्हाला आढळून येईल. हाही तुमच्या शरीरानं विचारांना दिलेला प्रतिसादच असेल.

विचार आपल्या भावनांवरही परिणाम घडवतात. तुम्हाला अतिशय प्रिय असलेल्या अशा एखाद्या गोष्टीचा विचार करा. कसं वाटतं? आता एखाद्या अतिशय नावडत्या गोष्टीचा विचार करा. आता कसं वाटतं? आता परत प्रिय गोष्टीचा विचार करा. परत बरं वाटतं ना?

प्रिय गोष्टीचा विचार करताना मन प्रसन्न होतं, आनंदी होतं तर नावडत्या गोष्टीचा विचार करताना अप्रसन्न वाटतं, एखादेवेळी रागही येतो, वाईट वाटतं. या भावना आपल्याला जाणीवपूर्वक बदलाव्या लागत नाहीत. विचार बदलले की भावनाही बदलतात.

आता तुमचं एखादं आवडतं निसर्गरम्य स्थळ मनःचक्षूंसमोर आणा. एखादा समुद्रकिनारा, झाडीनं वेढलेलं एखादं तळं, डोंगरमाथ्यावरची एखादी मोकळी, आकाशाच्या छताखालची जागा, असं कुठलंही तुम्हाला आवडणारं निसर्गस्थळ डोळ्यांसमोर आणून डोळे मिटा आणि मनःचक्षूंसमोर उभ्या केलेल्या दृश्यात रममाण व्हा. तिथली मोकळी हवा, लाटांचा आवाज किंवा पक्ष्यांचा आवाज किंवा झाडांच्या पानांच्या सळसळीचा आवाज, डोंगरमाथ्यावरचा

भरारा वारा किंवा दाट झाडीतला सुखद गारवा- नुसत्या कल्पनेनंही तुम्हाला शांत आणि मोकळं वाटतं आहे, मनावरचे ताण सैल झाले आहेत असं तुमच्या लक्षात येईल.

अशा प्रकारचं कल्पना चित्रण करण्यांचा प्रयत्न करणाऱ्या बहुतेक सर्वांना हा परिणाम अनुभवाला येतो.

काही लोकांना अशाप्रकारचं कल्पनाचित्रण करणं हा मूर्खपणा वाटतो. त्यामुळे ते तसा प्रयत्नही करत नाहीत. आणि मग विचारांचे शारीरिक आणि मानसिक परिणाम त्यांच्या वाट्याला येतात.

सकारात्मक विचारांमुळे सकारात्मक परिणाम अनुभवाला येतात (उत्साह, स्वस्थता, आराम इ.) तर नकारात्मक विचारांनी नकारात्मक परिणाम वाट्याला येतात. (न्यूनगंड, अविश्वास, राग, भय इ.)

अतिसूक्ष्म, क्षणभंगूर अस्तित्व असलेल्या विचाराचा आपल्या शरीरावर, मनावर आणि भावनांवर इतका नाट्यपूर्ण परिणाम का होतो हे समजून घेतलं की धोक्याची जाणीव होताच आपोआप होणाऱ्या आपल्या शारीरिक प्रतिक्रियेचा अर्थ आपल्याला लावता येईल.

'धोका आहे' अशी (बरोबर किंवा चूक) जाणीव होताच आपल्या शरीरातील 'लढा किंवा पळा' (Fight or Flight) ही यंत्रणा कार्यान्वित होते. सगळं शरीर लढण्यासाठी आणि ते जमत नसेल तर पळण्यासाठी ताबडतोब सज्ज होतं.

● श्वासोच्छ्वासाचा वेग वाढतो. त्यामुळे रक्तपुरवठा व त्यामुळे प्राणवायूचं प्रमाण वाढून लढायला किंवा पळायला अधिक ताकद मिळते.

● डोळ्यांच्या बाहुल्या मोठ्या होतात. त्यामुळे अधिक चांगलं दिसू शकतं. तसंच ऐकण्याची व वास घेण्याची क्रिया अधिक तीव्र होते.

● चयापचय क्रियेचा वेग वाढतो. त्यामुळे लढायला किंवा पळायला अधिक जोर मिळतो.

● स्नायू आकुंचित होऊन शरीर अधिक टणक बनतं.

● पचनसंस्थेचं काम मंदावतं. त्यामुळे स्नायूंना अधिक रक्ताचा व ऊर्जेचा पुरवठा होऊ लागतो.

● हाता-पायांतील धमन्या आकुंचन पावतात. त्यामुळे दुखापत झाल्यास कमी रक्तस्राव होतो. म्हणूनच विशेष ताणाच्या प्रसंगी हातपाय गार पडतात.

थोडक्यात म्हणजे लढण्यासाठी आणि ते जमत नसलं तर पळून जाण्यासाठी आपलं शरीर सिद्ध होतं.

संकटाला सामोरं जाण्यासाठी होणारी शरीराची ही प्रतिक्रिया जर वारंवार होऊ लागली तर त्याचा आपल्या शरीरावर प्रचंड ताण पडतो. परिणामी प्रकृतीच्या अनेक तक्रारी उद्‌भवू लागतात. पचन नीट न होणं, अंग दुखणं, आजारातून लवकर बाहेर न येता येणं,

रक्त पेशी व इतर पेशी पुरेशा प्रमाणात तयार न होणं, सतत थकवा जाणवणं, अशा अनेक तक्रारी सुरू होतात.

धोक्याला किंवा संकटाला तोंड देण्यासाठी शरीर सज्ज व्हावं म्हणून अनेक हार्मोन्स आणि स्टिरॉईड्स आपल्या ग्रंथींमधून पाझरू लागलेली असतात. धोका टळला की त्यांचं विघटन सुरू होतं. यात निर्माण होणारी द्रव्यं शरीराला हानीकारक असतात. नेहमीच्या पचनाच्या कामाबरोबरच ही द्रव्यं शरीराबाहेर टाकण्याचं कामही शरीराला करावं लागतं.

धोका टळल्यावरही बराच वेळ आपले स्नायू आकुंचित अवस्थेत, ताणाखाली राहतात. विशेषत: छाती, पोट, पाठ, मान, खांदे या ठिकाणचे स्नायू अधिक वेळ अशा स्थितीत राहतात. हा स्नायूंवरचा ताण आपल्याला जाणवतोही.

आपलं मन सतत प्रत्येक गोष्टीचं कारण शोधण्याचा प्रयत्न करत असतं. शरीराला ताण जाणवत असला तर मन विचारतं, 'मला असं का वाटतं आहे?' आणि मग कारण सापडावं म्हणून ते भोवतालची व आंतरिक परिस्थिती विचारात घेतं. आणि कुठेतरी, काहीतरी बिघडलेलं सुरळीत नसलेलं त्याला सापडतंच. शरीराच्या 'लढा किंवा पळा' या प्रतिक्रियेचा परिणाम म्हणून आपल्याला ताण जाणवतो आहे हे मनाच्या म्हणजेच आपल्या लक्षात येत नाही.

मन मोठं विलक्षण असतं. त्याला दिलेलं काम ते अगदी

अचूक आणि चुटकीसरशी करू शकतं. 'काय चुकतं आहे? काय बिघडलं आहे?' असं विचारल्यावर चुकलेल्या किंवा बिघडलेल्या गोष्टींची, तक्रारींची एक मोठी जंत्री ते क्षणार्धात तयार करतं. दुसऱ्यांनी करायला हव्या अशा पण न केलेल्या गोष्टींची यादी करून, त्यातल्या महत्त्वाच्या तक्रारी ठळकपणे परत नोंदवण्याचं काम ते झटक्यात पार पाडतं.

हे सगळं शरीरात होणाऱ्या केवळ संवेदनेमुळे होतं!

या मानसिक आढाव्याच्या परिणामस्वरुप शरीर परत ताणाखाली येतं आणि काय बिघडलं आहे याची मानसिक तपासणी परत सुरू होते.

हे दुष्टचक्र खूप काळ सुरू राहू शकतं. असं ते खूप काळ सुरू राहिल्यानं जी एक उदास, निराश मन:स्थिती तयार होते तिला उदासीनता (Depression) असं म्हणतात. उदासीनता हा एक मनोविकार आहे असं समजलं जातं आणि म्हणून, आपण उदासीनतेचे शिकार होत आहोत असं जेव्हा आपल्या लक्षात येतं तेव्हा त्या विचारानं मनावर पुन्हा ताण येतो.

आणि मग बरेच लोक जगण्यात काही अर्थ नाही असं ठरवतात!

## नकारात्मक विचार आणि भावना

'लढा किंवा पळा' या प्रतिसादामुळे निर्माण होणाऱ्या मूळ भावना दोन असतात. राग (लढायला उद्युक्त करणारी भावना) व

भीती (पळायला उद्युक्त करणारी भावना) या दोन भावनांच्या मधे इतर अनेक भावना असतात ज्यांना नकारात्मक भावना म्हटलं जातं.

| **राग** | **भीती** |
|---|---|
| वैरभाव, भांडण | भीती, भय |
| चीड | चिंता |
| अपराधी भावना | भ्याडपणा |
| संताप | बुजरेपणा, लाजरेपणा |
| रागानं खदखदणं | संकोच, अंग काढून घेणं |
| उदासीनता | बोलण्याची भीड |
| दुखावलेपणा (दुसऱ्याच्या किंवा स्वत:च्याही वागण्यानं दुखावलं जाणं) | शोक (आपण दुसऱ्यावर किंवा दुसरे आपल्यावर परत कधी प्रेम करणार नाहीत अशी भीती) |

या व यांसारख्या इतरही नकारात्मक भावनांमुळे वातावरण तर कलहपूर्ण बनतंच. शिवाय त्यामुळे तुमच्या जीवनाला आधार देणारे निर्णय घेताना सारासार विवेक करणारी तर्कनिष्ठ दृष्टी तुम्ही गमावून बसता.

साध्या साध्या गोष्टींतून, साध्या वादावादीतून खूप मोठं भांडण निर्माण होण्याचा प्रसंग तुम्ही किती वेळा अनुभवला आहात?

तुम्हाला हव्याशा वाटणाऱ्या गोष्टींचा विचार तुम्हाला किती

वेळा सोडून द्यावा लागला आहे? तुम्हाला हवं असलेलं आव्हानात्मक कार्यक्षेत्र, राहण्यासाठी अधिक चांगली जागा, तुमच्या प्रिय व्यक्तीशी प्रेमाचे, सौहार्दाचे संबंध, या सगळ्या मनोवांच्छित स्वप्नांकडे किंवा त्यातल्या काहींकडे तुम्हाला पाठ फिरवावी लागली आहे का?

भीती या भावनेचीच भीती वाटून काही लोक कित्येक गोष्टी सोडून देतात. बारीकसारीक गोष्टींनी नाउमेद होतात आणि मोठ्या श्रेयावर पाणी सोडतात.

## नकारात्मक विचारांचं व्यसन

नकारात्मक विचार करण्याची वाईट खोड लागली की हळूहळू त्याचं रूपांतर व्यसनात होतं. दारूचं, मादक पदार्थांचं किंवा अति खाण्याचं जसं व्यसन असतं तसंच नकारात्मक विचार हेही एक व्यसन बनतं. शरीर, मन व भावना या तिन्हींना त्याची चटक लागते.

आपलंच 'बरोबर' आहे, आपणच 'बरोबर' आहोत असं समजण्याची चटक मनाला लागते. वास्तव जगामधे पुष्कळदा अपयश वाट्याला येतं, येऊ शकतं. अपयश येईल असं भविष्य वर्तवून 'बरोबर' ठरण्याची मनाला सवयच लागते. 'तुम्हाला बरोबर ठरणं अधिक महत्त्वाचं वाटतं की यशाची आशा आणि त्यासाठी प्रयत्न करून सुख मिळवणं अधिक महत्त्वाचं वाटतं?' असा प्रश्न जर अशा लोकांना विचारला तर त्यात निवड करणं त्यांना कठीण जातं.

‘लढा किंवा पळा’ प्रतिसादामुळे शरीरात निर्माण होणाऱ्या ॲड्रेनलाईनसारख्या रसायनांची शरीराला चटक लागते. बराच काळ सतत नकारात्मक विचारांमधे बुडून राहिलं तर त्या विचारांची एकप्रकारे धुंदी चढते आणि शरीराला थरार व उत्तेजना जाणवत राहते. त्याचंच व्यसन शरीराला लागतं.

नकारात्मक भावना सुखद नसतात पण अतिशय तीव्र असतात. भावनांना या तीव्रतेची सवय होते कारण त्यामुळे कंटाळा नाहीसा होतो. म्हणून भावना अधिकाधिक तीव्र बनत जातात.

नकारात्मक विचारांचं व्यसन सोडवताना दुसऱ्या एखाद्या व्यसनासारखीच उपाययोजना करायला हवी. चिकाटी, शिस्त, क्षमाशीलता, व्यसनातून बाहेर पडण्याची तीव्र इच्छा, स्वत:विषयी प्रेम, जीवनाविषयी आस्था व जबाबदारी या सगळ्या गोष्टींबरोबरच काही दिशादर्शक तत्त्वं पाळण्याची तयारीही जवळ असायला हवी.

# विचारांची निर्मितीक्षम वृत्ती

विचारांमधे मोठी ताकद असते. शक्ती असते. जगात घडून गेलेल्या आणि आज घडत असलेल्या सर्व भव्य, दिव्य, तसंच भीषण घटनांचा जन्म आधी विचारांमधे झालेला असतो. एक कल्पना, एक विचार मनात येतो आणि मग त्याची पूर्तता करण्यासाठी प्रयत्न सुरू होतात. घटनाच नव्हेत, तर सर्व कलाकृती, वस्तू, साधने या सगळ्या गोष्टी आधी एक विचार म्हणूनच उदयाला आल्या आणि मग प्रयत्नांती त्यांना भौतिक अस्तित्व प्राप्त झालं.

जगातली सगळी भांडणं, सगळे बखेडे, सगळी युद्धं ही विचारांमधे आधी जन्मली. ताजमहाल, अजंठा-वेरुळ इथली शिल्पं, न्यूयॉर्कची स्वातंत्र्यदेवता, पिकासोची चित्रं, अशा सर्व कलाकृती आधी एका कल्पनेत जन्मल्या. आणि मगच त्या प्रत्यक्षात रुपाला आल्या.

व्हिक्टर ह्यूगोनं एका ठिकाणी म्हटलेलं आहे, 'सैन्याकडून होणारं आक्रमण एक वेळ थोपवता येईल, पण कालोचित कल्पनेला अडवता येत नाही.'

मानवनिर्मित सर्व चांगल्या-वाईट गोष्टींची, वस्तूंची, घटनांची निर्मिती आधी विचारांत होते. थोडा विचार केला की हे सहज लक्षात

येतं. (चांगलं-वाईट हाही एक विचारच.) विचार आणि प्रत्यक्ष आकाराला येणारं वास्तव यात फक्त काही काळ व प्रयत्न यांचं अंतर असतं.

एखादी योजना, एखादा विचार प्रत्यक्षात येण्यासाठी किती काळ जावा लागेल आणि किती प्रयत्न करावे लागतील हे ज्या त्या योजनेवर, प्रकल्पावर अवलंबून असतं. एखाद्या विचाराला काही क्षणांत मूर्त रूप देता येतं तर एखादी योजना साकार होण्यासाठी काही पिढ्यांचे प्रयत्न खर्ची पडतात. वेरुळची लेणी, कोणार्कचं सूर्यमंदिर यांसारखी अप्रतिम शिल्पं आकाराला येण्यासाठी शिल्पकारांच्या अनेक पिढ्या काम करत होत्या. हेलिकॉप्टर हे वाहन अस्तित्वात येण्यापूर्वी चारशे वर्षं लिओनार्डो-द-व्हिन्सीनं त्याची कल्पना केली होती.

मनातल्या कल्पना प्रत्यक्षात आणण्यात काही लोक तरबेज असतात. विजेच्या बल्बसाठी प्रसिद्ध असणारा एडिसन ही एक अशी व्यक्ती होती. बल्बच्या जोडीनं त्यानं टेलीफोन, फोनो अशा गोष्टींची कल्पना करून त्या प्रत्यक्षातही आणल्या.

ज्यात माणसाचा सहभाग आहे अशी कोणतीही गोष्ट विचाराशिवाय घडू शकत नाही. आपलं जीवनातलं स्थान हे आपल्या विचारांचंच फलित असतं. तुमचे विचार कसे आहेत हे समजून घ्यायचं असलं तर तुम्ही आज कुठल्या स्थानावर आहात ते बघा. तुमचं तुम्हालाच उत्तर सापडेल.

तुमच्या आयुष्यातल्या काही भागांविषयी जर तुम्ही समाधानी असलात तर त्या बाबतचे तुमचे विचार नक्कीच सकारात्मक आहेत आणि जर काही गोष्टी तुम्हाला पुरेसं समाधान देत नसतील तर त्याबाबतीतले तुमचे विचार पुरेसे सकारात्मक नाहीत असं म्हणावं लागेल. पण म्हणून निराश होण्याचं कारण नाही. विचार बदलता येतात आणि बदललेल्या विचारांमुळे वास्तवातही बदल घडून येतो.

विचारांमधे जर सातत्य आणि चिकाटी असली तर जाणिवेची अशी अवस्था प्राप्त होते की जी वास्तवाला आकार देऊ शकते.

उदा. - तुम्हाला जर श्रीमंतीची, समृद्धीची इच्छा असली आणि तिचा विचार तुम्ही सातत्यानं, चिकाटीनं करत असलात तर त्या विचारातून तुमची जाणीव समृद्धीमय बनते. मनाचा मोकळेपणा, स्विकारणारी वृत्ती, कुंठित न होता प्रवाही राहणारी बुद्धी, उदार मनानं देण्याची वृत्ती, हे तुमच्या व्यक्तित्वाचे पैलू होतात आणि त्यातून समृद्धीचं भौतिक रूप, घरं, गाड्या, पैसा इ. आकार घेतं.

आता, यावर कोणी म्हणेल, 'माझ्याजवळ पैसा नाही आणि मी तर नेहमी त्याचीच चिंता करत असतो.' असं म्हणणारा माणूस खरं म्हणजे वर दिलेला मुद्दाच, पण विरुद्धार्थानं सिद्ध करत असतो. चिंता ही एक प्रकारची भीतीच असते. पैशाची चिंता करणाऱ्याला गरीबीची भीती वाटत असते. त्यामुळे त्याच्या मनात सतत गरीबीचे विचार असतात. या विचारांमधून त्याची जाणीव गरीबीमय बनते

आणि गरीबीला, पैशाच्या अभावाला, चणचणीला जन्म देते.

सकारात्मक विचारांचे परिणामही सकारात्मकच असतात – प्रेम, माया, स्नेह, निरोगीपणा, समृद्धी, समाधान, श्रीमंती.

नकारात्मक विचारांचे परिणामही नकारात्मक असतात– भीती, दुरावा, असमाधान, अशांती, दारिद्र्य, परकेपणा, अभाव.

थोडक्यात म्हणजे आपले विचार आपल्या वास्तवाला आकार देत असतात. आपली बाह्य व अंतर्दृष्टी जिकडे खिळलेली असते त्या दिशेनं आपण जाऊ लागतो. म्हणून आपली दृष्टी, आपले विचार सकारात्मक असणं अत्यंत महत्त्वाचं आहे. म्हणजे इच्छापूर्तीच्या दिशेनं आपली वाटचाल होऊ लागतें.

## आपण नकारात्मक विचारांना थारा का देतो?

एका नकारात्मक वास्तवाला आकार देण्यासाठी आपण आपल्या मनाची ताकद का वापरतो? दारिद्र्य, दुःख, आजार, यांची निर्मिती आपलं मन जितक्या सहजपणे करू शकतं तितक्याच सहजपणे जर ते सुख, संपत्ती आणि आरोग्य निर्माण करू शकत असलं तर ते तसं का करीत नाही?

समजा एखादा देवदूत आला आणि त्यानं तुम्हाला दारिद्र्य, दुःख, आजार आणि सुख, संपत्ती, आरोग्य या दोन समूहांपैकी एका समूहाची निवड करायला सांगितली तर तुम्ही कशाची निवड कराल? अर्थातच सुख, संपत्ती, आरोग्य या समूहाची. असं असताना

आपण काही वेळा नकारात्मक गोष्टी का निवडतो? नकारात्मक गोष्टी निवडण्यामागे, नकारात्मक विचार करण्यामागे, आपल्या मनात खोलवर दडलेलं असं काही कारण आहे कां? की ज्यामुळे नकारात्मक विचार एकदम उचल खातात? त्यांना प्रेरणा मिळते?

नकारात्मक विचारांचा मूल स्रोत असं ज्याला म्हणता येईल असं एक कारण मनात पुष्कळदा असतं. ते म्हणजे अपात्रतेची, आपली लायकी नसल्याची, कुवत नसल्याची भावना. 'मी पुरेसा चांगला नाही,' असा स्वत:च्याच मनातला स्वत:विषयीचा पक्का समज. यालाच कोणी असुरक्षिततेची भावना, न्यूनगंड इ. म्हणतात.

अपात्रतेची ही जाणीव, ही भावना आपल्या सगळ्या सकारात्मक विचारांचं खच्चीकरण करते आणि नकारात्मक विचारांना बळकटी आणते.

आपल्या मनात स्वत:विषयी कौतुकाची, चांगलं असण्याची भावना येऊ लागली की ही अपात्रता लगेच त्या भावनेला छेद देत आठवण करून देते, 'तू काही इतका चांगला नाहीस.' एखाद्या चांगल्या गोष्टीला आपण लायक आहोत असं आपल्या मनात आलं की ती म्हणते, 'नाही, तू लायक नाहीस.' एखादी चांगली घटना आपल्या अनुभवाला आली तर ही अपात्रता आपल्याच तोंडून वदवते, 'छे: इतकं चांगलं काही माझ्या बाबतीत घडणं शक्यच नाही.' आणि जर वाईट काही घडलं तर ती म्हणते, 'तरी मी सांगितलं होतं. माझंच खरं झालं.'

ही अपात्रतेची जाणीव, हा न्यूनगंड झाकण्यासाठी काही लोक आत्मविश्वासाचा देखावा करतात. हा देखावा करताना कधी कधी त्यांची मजल उद्धटपणापर्यंत जाते. आत्मविश्वासाचं हे सोंग घेताना ते स्वत:चंच कौतुक करण्यात मग्न राहतात. स्वार्थी बनतात. त्यांच्या-जवळ खूप आत्मविश्वास आहे, जरा जास्तच आत्मविश्वास आहे, त्यांना न्यूनगंडाची थोडी मात्रा देता आली तर बरं असं इतरांना वाटू लागतं.

पण खरं म्हणजे, स्वत:च्या अपात्रतेची जाणीव स्वत:पासून आणि इतरांपासून लपवण्यात ते गुंतलेले असतात. आपण अपात्र आहोत, नालायक आहोत हे सत्य आहे असं त्यांना वाटत असतं आणि म्हणून ते सत्य झाकून ठेवण्याचा प्रयत्न ते करत असतात.

पण मुळात ही अपात्रतेची जाणीव कुठून येते? हा न्यूनगंड कसा निर्माण होतो?

मुलं कशी वाढवली जातात हे जर लक्षात घेतलं तर त्याची कल्पना आपल्याला येऊ शकेल.

एखादं तीन-चार वर्षांचं मूल खोलीत एकटं खेळतं आहे आणि एखादी प्रौढ व्यक्ती, आई, वडील किंवा घरातील आणखी कुणी मोठी व्यक्ती, जवळच आहे अशी कल्पना करा. आता, ही व्यक्ती तिथे कशासाठी बसली आहे किंवा थांबली आहे? मुलाचं कौतुक करण्यासाठी? अजिबात नाही. ती तिथे आहे ती मुलावर

'लक्ष ठेवण्यासाठी.'

मूल खेळात छान रमलं आहे. ते अगदी 'शहाण्यासारखं' वागतं आहे. असेच दीड-दोन तास जातात. या काळात त्या दोघांचं फारसं काही बोलणं-चालणं झालेलं नाही.

अचानक, खेळता खेळता मुलाचा धक्का लागून टेबलावरची फुलदाणी पडते आणि फुटते. त्यामुळे काय होतं? मुलावर लक्ष ठेवणाऱ्या व्यक्तीची नकारात्मक, तीव्र प्रतिक्रिया होते. ती मुलावर ओरडते, "झालं, फोडलीस ती फुलदाणी! असं कसं काहीतरी फोडतोस तू नेहमी? नीट खेळता येत नाही कां तुला? आणि आता ह्या काचा कोण भरणार आहे सगळ्या?" या ओरडण्याच्या जोडीला त्याला धपाटा घालणं, त्याचं बकोट पकडून त्याला बाजूला करणं, त्याचं खेळणं बंद करणं अशा शिक्षाही कधी कधी त्याला दिल्या जातात.

म्हणजे, दोन तासांमधे मोठ्या माणसांकडून त्याला एकच संदेश मिळालेला असतो, 'तू वेडा आहेस, त्रास देतोस, मला तुझा त्रास होतो.'

तान्हेपणी, बाळ असताना, त्या बाळाचं नेहमी सतत कौतुकच केलं जातं. पण मूल मोठं व्हायला लागलं, स्वतःचं स्वतः गोष्टी करू लागलं, कुतूहलानं सगळीकडे बघायला आणि वावरायला लागलं की मग मात्र मोठी माणसं (की जी त्याच्या दृष्टीनं प्रेम,

अधिकार, ताकद यांचं प्रतीक असतात) नेहमी त्याच्या चुका दाखवून देत असतात.

काही मुलं इतरांचं लक्ष स्वत:कडे वेधून घेण्यासाठी मुद्दाम चुकीच्या, नकारात्मक गोष्टी करतात. तसं काही केलं तरच मोठी माणसं आपल्याकडे लक्ष देतात हे त्यांच्या लक्षात आलेलं असतं. लहान मुलाकडे दुर्लक्ष केल्यानं त्याला टाकून दिल्याची भावना त्याच्या मनात निर्माण होते.

आपण जसे वाढत जातो, मोठे होत जातो तसतशी आपल्या मनात, आपलं कौतुक किती वेळा झालं याची आणि आपण किती वेळा रागावून घेतलं याची बेरीज होत जाते आणि कौतुकापेक्षा रागावून घेण्याची वेळ खूप जास्त वेळा आली असं वाटू लागतं.

आपल्यात काही चांगलं नाही असं आपल्याला वाटू लागतं. आपण विशेष काहीतरी करून दाखवल्याखेरीज लोक आपल्याला चांगलं म्हणणार नाहीत, चांगुलपणा मिळवण्यासाठी खूप प्रयत्न करायला हवेत, नेहमी दुसऱ्यांचं ऐकलं पाहिजे, तरच आपलं थोडं तरी कौतुक होईल असं वाटू लागतं. मुळात आपण वाईट आहोत आणि म्हणून चांगुलपणा हा प्रयत्नांनी मिळवायला हवा अशी भावना मनात निर्माण होते.

आपण मोठे झालो तरी ही भावना मनात कायम असू शकते. नकारात्मक विचार रुजण्या-वाढण्यासाठी ती सुपीक भूमी ठरते.

चांगले, सकारात्मक विचारही आपल्या मनात असतात. पण नकारात्मक विचार आपल्याला अधिक खरे वाटू लागतात आणि चांगले विचार चुकीचे वाटू लागतात. आपण अपात्र, वाईट आहोत अशा भावनेमुळे नकारात्मक विचारच खरे आणि योग्य वाटतात.

# चांगल्या, सकारात्मक विचारांवर लक्ष केंद्रित करा

आपलं आयुष्य म्हणजे एक रखरखीत वाळवंट आहे असं दर्शवणारा पुरावा केव्हाही मिळू शकतो. तसंच ते फुलांचा एक गालिचा आहे असंही सिद्ध करणं केव्हांही शक्य असतं. आपण त्याच्याकडे कशा दृष्टीनं बघतो यावर ते कसं आहे हे ठरतं.

एखाद्यानं तुम्हाला गुलाबाचं फूल दिलं, तर त्या सुंदर फुलाच्या दांडीला बोचरे काटे असतातच हे तुम्ही बघितलं आहे ना? (काटे काढून टाकले तर फूल लवकर कोमेजतं.) फुलाच्या दांडीला काटे आहेत हे बघून तुम्ही असं म्हणता का, 'तू ही काट्यांची दांडी मला का देत आहेस?' अर्थातच, असं काही तुम्ही म्हणत नाही. उलट ते 'फूल किती सुंदर आहे,' असं म्हणून तुम्ही त्याचं कौतुक करता. त्या फुलाचा एखादा काटा तुम्हाला बोचला तरी त्याचं तुम्हाला वाईट वाटत नाही कारण त्या फुलाचं आणि फूल देणाऱ्याचं कौतुक करण्यात तुम्ही गुंतलेले असता.

आता, या क्षणी, काहीही न करता, तुमचं आयुष्य उदास, दुःखी, ओझं झालेलं असं आहे हे सिद्ध करणाऱ्या अनेक गोष्टी

तुम्हाला सापडू शकतील, तुमच्या लक्षात येतील आणि तुमचं आयुष्य अतिशय आनंदी, समाधानकारक, साहसपूर्ण असं आहे असं दर्शविणाऱ्याही अनेक गोष्टी तुमच्या ध्यानात येतील.

वाईट, नकारात्मक गोष्टींपासून आपण सुरुवात करूया. तुमच्या भोवतालच्या असमाधानकारक गोष्टींकडे लक्ष द्या. एखादी गोष्ट कितीही चांगली असली तरी ती अधिक चांगली असूच शकते, नाही का? धूळ, घाण, पसारा यांच्याकडे लक्ष दिलंत तर ज्या वस्तू किंवा गोष्टी स्वच्छ करण्याची, दुरुस्त करण्याची किंवा बदलण्याची आवश्यकता आहे त्यांची एक मोठी यादीच तयार होईल. अस्वच्छता, पसारा, गोंधळ यांनी तुमची जाणीव भारून जाईल.

आता, तुमची तक्रारखोर वृत्ती टाकून द्या आणि परिस्थितीकडे चांगल्या नजरेनं, कौतुकाच्या भावनेनं बघा. तुम्ही आधी ज्या भागातल्या चुका काढल्यात त्याच्याकडेच नवीन दृष्टीनं बघा. तुम्ही जिथे किंवा ज्यावर बसला आहात तिथून सुरुवात करा.

कडक, सिमेंट काँक्रीटच्या फरशीपेक्षा तुम्ही बसला आहात ती जागा जरा मऊ आणि आरामशीर आहे ना. तुम्ही नेहमी वापरत असलेल्या आणि त्यामुळे गृहीत धरल्या जाणाऱ्या वस्तूंकडे नीट लक्ष द्या. भांडीकुंडी, टेबलं, खुर्च्या, एवढंच नव्हे तर भिंती, छत या सगळ्या गोष्टी तुमच्या उपयोगाच्या आहेत. भिंती, छत, खिडक्या-दारं, तुमचं वाऱ्या पावसापासून रक्षण करतात, तुम्हाला उजेड,

हवा. वारा पुरवतात. तर टेबलं, खुर्च्या, भांडीकुंडी तुमचं जीवन सुखाचं आरामाचं बनवतात. विजेनं तर तुमच्या सुखसोयींमधे खूपच मोठी भर घातली आहे. शंभर वर्षांपूर्वी खूप श्रीमंत असणाऱ्यांकडेच एखादा विजेचा दिवा असायचा. आता मात्र टी.व्ही., फ्रिज, मिक्सर, वेगवेगळे दिवे अशा कितीतरी विजेवर चालणाऱ्या वस्तू घरात असतात.

तुम्हाला आवडणाऱ्या, सुंदर वाटणाऱ्या अशी तुमच्या आसपासच्या गोष्टींवर नजर टाका. भिंतीवर लावलेलं एखादं सुंदर चित्र, फुलदाणीतली सुवासिक फुलं, भिंतींचा रंग, तुमच्या कपड्यांची स्टाईल, या सगळ्या तुम्हाला आवडणाऱ्या गोष्टी. पण तुम्ही त्यांच्याकडे खरोखरच लक्षपूर्वक पाहिल्याला किती दिवस किंवा महिने झाले?

आपल्या आवडत्या गोष्टींवर लक्ष केंद्रित केलं की बरं वाटतं हे तुमच्या ध्यानात आलं आहे का? तुमच्या आवडत्या, चांगल्या गोष्टींवर लक्ष केंद्रित केलं की निर्माण होणाऱ्या भावनाही चांगल्या, सकारात्मक असतात. हीच गोष्ट शरीराच्या बाबतही खरी आहे.

तुमच्या शरीरात काय बिघडलेलं आहे, काय चूक आहे याचाच विचार करत गेलात तर खूप गोष्टी सापडतील– इथे दुखतंय, तिकडे टेंगुळ आलंय, इथे फोड आलाय, लठ्ठपणा वाढलाय, वजन वाढलंय– अशी मोठ्ठी यादी तयार होईल. पण हेच जर तुम्ही चांगल्या गोष्टींचा विचार केलात तर असंख्य गोष्टी सापडतील– उजवा पाय दुखत असला तर, डावा दुखत नाही, डोक्याला एकाच बाजूला टेंगूळ आलं आहे, हातपाय, मेंदू व्यवस्थित काम करत आहे– ही यादी तर

लांबतच जाईल. वाईट गोष्टींपेक्षा चांगल्या, सकारात्मक गोष्टी कितीतरी अधिक आहेत हे तुमच्या लक्षात येईल.

सकारात्मक विचार करायचा, चांगल्याचा विचार करायचा याचा अर्थ जे खुपतं आहे, चूक वाटतं आहे त्याकडे दुर्लक्ष करायचं असा नाही. असं केल्यास बिघडलेली गोष्ट अधिक बिघडण्याची आणि प्रसंगी मोठं संकट ओढवण्याचीही शक्यता असते. (अशा नकारात्मक, चूक वाटणाऱ्या बाबींकडे लक्ष दिल्यामुळे जर एखादी मोठी अडचण किंवा एखादं संकट टळलं तर त्या बाबी नकारात्मक नाहीत, हे ध्यानात घ्यायला हवं. काही लोक त्यांना 'संरक्षक सूचना' म्हणतात.)

समजा, तुम्ही गाडी चालवता आहात आणि गाडीतलं पेट्रोल संपत आल्याची सूचना देणारा लाल दिवा लागला. अशा वेळी या 'नकारात्मक' सूचनेकडे दुर्लक्ष करून गाडीतली बाकी सगळी यंत्रणा छान काम करते आहे या 'सकारात्मक' विचारावर लक्ष केंद्रित करावं असं कोणी म्हणणार नाही. अशा वेळी लवकरात लवकर गाडीत पेट्रोल भरणंच शहाणपणाचं ठरेल.

गाडीतलं पेट्रोल कमी होणं हे नकारात्मक वास्तव आहे. त्यातून नकारात्मक विचार सुरू झाला तर समस्या उभी राहते. 'गाडीतलं पेट्रोल संपत आलं आहे. मी पुढच्या पंपाशी पोचेपर्यंत ते पुरेल कां? पुरलं नाही तर गाडी वाटेत बंद पडेल. मग काय करायचं?...' अशी विचार-मालिका सुरू झाली की त्यातून ताण

निर्माण होतो. ताणामुळे तुम्ही अधिक वेगानं गाडी चालवू लागता आणि त्यामुळे अधिक पेट्रोल खर्च होऊ लागतं.

असं होऊ नये म्हणून काय करावं? जी काही नकारात्मक सूचना किंवा माहिती मिळाली आहे त्याची नोंद घ्यावी. काय करायचं ते ठरवावं आणि ती कृती करताना सकारात्मकतेवर लक्ष केंद्रित करावं. नकारात्मक भावना, विचार काढून टाकावेत.

एखादं दुखणं असलं, आजार असला तर त्याच्या लक्षणांची नोंद घेणं आवश्यक आहे पण त्यांचाच विचार करत राहणं मात्र योग्य नाही. याबाबत पुष्कळदा असं होतं की सकारात्मक विचार करणारी व्यक्ती प्राथमिक लक्षणांकडे दुर्लक्ष करून आजार वाढवून घेते तर नकारात्मक विचार करणाऱ्या व्यक्तीला प्रत्येक बारीकसारीक लक्षणाचाही बाऊ वाटतो, डास चावल्यानं आलेली गांधी ही त्वचेच्या कर्करोगाची असल्यासारखी वाटू लागते.

सकारात्मक गोष्टींवर लक्ष केंद्रित करणारी व्यक्ती मात्र मध्यम मार्ग स्विकारते. सगळ्या लक्षणांची नीट नोंद घेते आणि डॉक्टरांशी भेटीची वेळ ठरवते. त्यानंतर ती लक्षणांवर विचार करत बसत नाही. लक्षणांकडे दुर्लक्षही करत नाही आणि त्यांचा बाऊही वाटून घेत नाही. स्वतःचं लक्ष मग ती दुसऱ्या सकारात्मक विचारांकडे वळवते.

सकारात्मक विचार आणि सकारात्मक गोष्टींवर लक्ष केंद्रित करणं या दोन्हींमधे एक निश्चित असा फरक आहे. हा फरक तसा सूक्ष्म आहे पण तो आहे. सकारात्मक विचार करणारा अनेक छान,

चांगल्या गोष्टींची कल्पना करतो. त्याच्या आयुष्याशी या कल्पनांचा सांधा जुळतोच असं नाही. सकारात्मक गोष्टींवर लक्ष केंद्रित करणारा मात्र जे वास्तव आहे, प्रत्यक्षात अस्तित्वात आहे ते ध्यानात घेऊन अधिक चांगल्या, सुखकर अशा वास्तवाकडे प्रवास करू लागतो.

तुमचा सगळा वेळ पुढच्या सकारात्मक गोष्टींचा विचार करण्यात घालवू नका. असं केलंत तर आजच्या वर्तमानाचा आस्वाद तुम्ही केव्हा घेणार? आजचं वर्तमान हे तुम्ही पूर्वी कल्पिलेलं भविष्य आहे हे लक्षात ठेवा. त्याचा आनंद घ्या.

**वेग कमी करा**

आपलं हल्लीचं जीवन फार वेगवान झालं आहे. आयुष्याचं प्रत्येक क्षेत्र वेगानं व्यापलं आहे. आणि घाई ही नित्याची, सवयीची बाब झाली आहे. ही घाई कमी करण्यानंही अतिशय चांगला परिणाम होऊ शकतो. तुमच्या आसपास सतत घाईत असणारे लोक आणि सतत वाजणारे फोन असले तर आयुष्याचा हा वेग कमी करणं उचित ठरतं.

हा वेग कसा कमी करता येईल याचा विचार करा. रोज सकाळी जर अर्धा तास लवकर उठलात तर सकाळची सगळी आन्हिक उरकायला अधिक वेळ मिळेल आणि कामासाठी बाहेर जाताना घाई-गडबड होणार नाही. स्वस्थपणे सगळं उरकून स्वस्थ मनानं बाहेर पडता येईल.

सकाळची न्याहरी करताना व्यवस्थित टेबलाशी बसून, प्रत्येक घासाची चव घेत खा. त्यावेळी वर्तमानपत्र, टी.व्ही, रेडिओ यांसारख्या गोष्टींनी चित्त विचलित करून घेऊ नका. खाण्याचा आनंद घ्या.

दुपारचं जेवण जर तुम्हाला बाहेरच कुठेतरी, एखाद्या हॉटेलमधे वगैरे घ्यावं लागत असेल तर तेही स्वस्थपणे करा. पदार्थांची ऑर्डर देणं आणि नंतर त्यांचा आस्वाद घेणं हे मनापासून आणि स्वस्थपणे, आरामात करा.

कामावर जाताना पुरेसा वेळ ठेवून घराबाहेर पडा. म्हणजे कसंबसं वेळेवर पोचून घाईघाईनं कामाला सुरुवात करण्याचं टाळता येईल. रस्त्यावरचे रहदारीचे नियम पाळा आणि सावकाश, आरामात प्रवास करा. ताण निर्माण होणं टाळा.

घाई कमी करण्याची आठवण स्वत:ला करण्यासाठी घरात व तुमच्या ऑफिसमधे स्वत:लाच छोट्या छोट्या चिठ्ठ्या लिहून त्या ठिकठिकाणी लावून ठेवा. घाईघाईनं केलेल्या कामात पुष्कळदा बऱ्याच चुका होतात आणि मग सगळं किंवा बरंचसं काम परत करावं लागतं. म्हणजे घाईमुळे वेळ वाचण्याऐवजी वाया जातो. म्हणून पहिल्यांदाच काम शांतपणे, स्वस्थपणे आणि बिनचूक करा. आणि त्या कामाचा आनंदही घ्या.

तुमच्या जीवनाची सगळी अंगं नीट काळजीपूर्वक तपासून वेग कुठे आणि कसा कमी करता येईल ते ठरवा. रोज करण्याच्या नित्याच्या गोष्टी जर तुम्ही अधिक सोप्या, कमी गुंतागुंतीच्या केल्यात

तर तुम्हाला अधिक वेळ तर मिळेलच. शिवाय प्रत्येक गोष्टीत रस घेता येईल. आनंद मिळवता येईल.

वेग कमी केल्यानं तुम्ही जे करता आहात त्या विषयी तुमच्या लक्षात येईल आणि आपली स्वत:चीच ओळख नीट होऊ लागेल.

**नकोशा वाटणाऱ्या गोष्टी कोणत्या ते ठरवा.**

तुमच्या दृष्टीनं कोणत्या गोष्टींना महत्त्व आहे, प्राथमिकता आहे हे ठरवणं जसं महत्त्वाचं आहे तसंच, कोणत्या गोष्टी तुम्हाला तुमच्या आयुष्यात नको आहेत हे ठरवणंही महत्त्वाचं आहे.

आपण आपल्या आयुष्यात आणि मनात, खूप भावनिक आणि मानसिक अडगळ जमा करून ठेवलेली असते. या अडगळीमुळे आंतरिक शांतीकडे जाण्याचा मार्ग अडलेला असतो.

आपल्याला नकोशा वाटणाऱ्या, नावडणाऱ्या गोष्टी सवयीनं किंवा 'करायला हव्या' म्हणून करत राहणं हा या अडगळीचाच एक भाग असतो.

ज्या लोकांचा सहवास आपल्याला नकोसा वाटतो कारण आपल्या आंतरिक वाढीला त्याची काहीही मदत होत नाही, अशांच्या बरोबर वेळ घालवणं हाही या अडगळीचा भाग असतो.

आपल्याला नावडणारं काम करत राहणं हेही या अडगळीत असतं.

एकाच वेळी अनेक गोष्टी करणं आणि असं करताना नावडणाऱ्या

गोष्टीही त्यात अंतर्भूत करणं, हीही अडगळच असते.

आवडणाऱ्या गोष्टी पुरेशा न करणं, निरस आणि निरर्थक गप्पागोष्टींमधे आपली ऊर्जा वाया घालवणं हेही या अडगळीत असते.

यापैकी बरीचशी अडगळ ही पूर्वी घडून गेलेल्या आणि कधीही बदलू न शकणाऱ्या अशा घटनांच्या आठवणींनी रागावण्याची आणि भविष्यातल्या घटनांची (ज्या कदाचित कधी प्रत्यक्षात येणारही नाहीत) चिंता करण्याची असते. तापदायक, दाहक विचारांची असते.

आपल्या आयुष्यात स्वस्थता, सुसंगती आणण्याचा प्रयत्न तुम्ही सुरू केलात की यातली बरीचशी अडगळ आपोआपच नाहीशी होते आहे असं तुम्हाला आढळून येईल. मात्र काही गोष्टींची विल्हेवाट लावण्यासाठी तुम्हांला प्रयत्न करावे लागतील.

## प्रत्येक क्षणाचा आनंद घ्या

आंतरिक शांती आणि साधेपणा मिळवण्याचा एक प्रमुख हेतू वर्तमान क्षणाचा आनंद लुटायला शिकणं हा आहे. जीवन म्हणजे अशा वर्तमान क्षणांची गुंफली जाणारी एक अखंड मालिका आहे हे लक्षात ठेवा. अशा वर्तमान क्षणांचा आनंद घेण्याऐवजी आपल्यापैकी बहुतेकजण हे क्षण भूतकाळाचा खेद करण्यात, वर्तमानावर असंतुष्ट राहण्यात किंवा भविष्याची चिंता करण्यात वाया घालवतात.

चिंता, दुःख, काळजी यांची एकदा सवय लागली की ती लवकर सुटत नाही. पण आपल्याला ही सवय लागली आहे अशी

जाणीव झाली की मात्र या सवयी सुटू शकतात.

चिंता, दु:ख यांची लागलेली सवय हीच आपल्या सुखाच्या मार्गातला अडसर आहे हे एकदा लक्षात आलं की ही सवय मोडण्यासाठी तुम्ही काय करू शकता याचा विचार करा. तुमच्या जीवनाचा, आयुष्याचा आनंद घ्या असं सांगणं सोपं आहे असं तुम्हाला वाटेल पण तशी आनंद घेण्याची सवय लावून घेणं खरोखरच शक्य आहे.

प्रत्येक क्षणाचा आनंद घेण्याचा एक मार्ग म्हणजे स्वत:च्या आयुष्यासाठी आपण स्वत:च जबाबदार आहोत हे स्विकारणं, तुमची परिस्थिती जर तुम्हाला सुखावह वाटत नसली तर ती तशी असायला तुम्हीच जबाबदार आहात. ती सुखावह होण्यासाठी आवश्यक ते बदलही तुम्हीच करू शकता.

स्वत:च्या मनाचा शोध घेण्यानं, मनात खोलवर बुडी मारण्यानं पूर्वी कधी नाही इतका आनंद तुम्हाला रोजच्या क्षणांमधे आपोआप मिळू लागेल. आणि प्रत्येक क्षण आनंदानं उपभोगण्याचा प्रयत्न जाणीवपूर्वक करण्यानं तुमचा आंतरिक शोध सोपा होईल.

## अंतरातल्या सूर्याशी नातं जोडा

सर्व जुन्या संस्कृतींनी आणि अलीकडच्या अनेक संतांनीही स्वत:च्या आत्म्याची ओळख करून घेण्याच्या प्रक्रियेमधे असलेलं सूर्याचं महत्त्व ओळखलेलं आहे.

आपल्या अन्नातून मिळणाऱ्या पोषक द्रव्यांचा पुरेपूर उपयोग

करून घेण्यासाठी सूर्यप्रकाशाची आवश्यकता असते हे आपल्याला माहीत आहे आणि तरीही आपण हल्ली दिवसाचा बराचसा काळ कृत्रिम प्रकाशात घालवतो.

पुरेसा सूर्यप्रकाश न मिळाल्यामुळे पुष्कळांच्या प्रकृतीवर वाईट परिणाम होतो हे अनेक अभ्यासांमधून दिसून आलेलं आहे. ऋतुमानानुसार प्रकृतीवर परिणाम होऊ शकतो आणि काही लोकांसाठी सूर्यप्रकाश अत्यंत आवश्यक आणि महत्त्वाचा असतो हे सत्य वैद्यक-शास्त्रानं अलीकडेच मान्य केलं आहे.

आपली मन:स्थिती सुधारण्याचा एक अगदी सोपा उपाय म्हणजे सूर्यप्रकाशात जाणं.

आपल्या मानसिक, शारीरिक आणि भावनिक आरोग्याच्या दृष्टीनं सूर्यप्रकाश अत्यंत उपकारक असतो. अर्थात् उन्हात राहणं किंवा फार वेळ उन्हात काम करणं योग्य ठरत नाही. सूर्याशी नातं जोडल्यानं उत्साह व जाणिवेच्या पातळीत वाढ होते आणि आपली आंतरिक वाढ चांगली होते.

सकाळचा किंवा दुपारची उन्हं कलल्यानंतरचा शक्य तेवढा वेळ सूर्यप्रकाशात घालवा. निदान दोन्ही वेळेला दहा-पंधरा मिनिटं तरी बाहेर, उघड्यावर रहा. हिवाळ्यात एखाद्या खिडकीजवळ बसून कोवळ्या उन्हानं नाहा.

दोन आठवडे जाणीवपूर्वक सूर्यप्रकाशात, उघड्यावर काही वेळ घालवा. आंतरिक वाढीसाठी, त्याचा किती उपयोग होतो याचा

स्वत: अनुभव घ्या.

**लहानपणापासून मनात रुजलेल्या समजुतींचा पुनर्विचार करा.**

आपल्या बालपणापासूनच धर्माचा त्याग केलेले असंख्य लोक आज जगात आहेत. या धर्म त्यागाचा अनेकांना काहीही खेद करावा लागत नाही पण अनेकजण असेही आहेत की त्याच्यामुळे त्यांच्या मनात अपराधीपणाची भावना घर करून असते.

संकुचित मनोवृत्तीच्या विचारांचा राग धरून त्यांच्यावर मात करण्यात काही लोक आपलं संपूर्ण आयुष्य घालवतात. तर बालपणापासून मनात बसलेल्या चुकीच्या समजुतींचे आणि विचारांचे परिणाम झेलत अनेकांना काळ घालवावा लागतो.

काही लोक असेही असतात, ज्यांचा कधीच कुठलाच धर्म नव्हता आणि जे कशावरही श्रद्धा ठेवत नाहीत. तर काही लोकांचा तथाकथित विज्ञानावर - जे सिद्ध करता येत नाही ते अस्तित्वातच नाही असं मानणाऱ्या विज्ञानावर संपूर्ण विश्वास असतो.

तुम्ही जर तुमच्या जीवनाचा खरंच विचार करू लागला असलात तर लहानपणच्या कोणत्या समजुती, श्रद्धा, शिकवणी तुमचा पाय मागे ओढताहेत, तुम्हाला अडवताहेत हे बघणं शहाणपणाचं ठरेल.

तुम्ही आपल्या आयुष्याचा वेग कमी करून शांती, स्वस्थता यांचा आनंद घेऊ लागलात, स्वत:च्या आंतरिक प्रेरणेकडे लक्ष देऊ लागलात आणि तिच्यावर विश्वास ठेवू लागलात, स्वत:ची ओळख

करून घेण्यासाठी आपल्या सवयींमधे आणि जीवनशैलींमधे बदल करू लागलात की जीवनाकडे, जगाकडे आणि त्यातल्या आपल्या स्थानाकडे बघण्याची एक नवी दृष्टी तुम्हांला प्राप्त होत जाईल.

**सध्याच्या समजुतींचाही पुनर्विचार करा.**

लहानपणच्या समजुतींचा आणि श्रद्धांचा पुनर्विचार करतानाच तुमच्या सध्याच्या श्रद्धा-समजुतींचीही तपासणी करा. आयुष्याच्या वेगवेगळ्या टप्प्यांवर वेगवेगळ्या कारणांनी मनात बसलेल्या समजुतींचा, एवढंच नव्हे तर अगदी गेल्या काही दिवसात पटलेल्या समजुतींचाही परत एकदा विचार करा.

जग आणि जगात चाललेल्या घडामोडींकडे मोकळ्या मनानं, नवीन दृष्टीनं बघा. पुष्कळदा आपण जुन्या समजुतींना चिकटून बसतो कारण तसं करणं सोयीचं असतं, अंगवळणी पडलेलं असतं. या सोयीस्कर, आरामशीर समजुतीमधून बाहेर पडा आणि मोकळ्या मनानं जगाकडे बघा.

**चिंता सोडून द्या.**

चिंता करणं, काळजी करणं ही नकारात्मक विचारांसारखीच एक सवय असते. आणि याची जाणीव झाली की दुसऱ्या कुठल्याही सवयीप्रमाणे ही सवयही मोडता येते. पण पुष्कळदा चिंता ही अत्यंत सूक्ष्मपणे, नकळत काम करणारी आणि समाजात सर्वत्र पसरलेली असते. त्यामुळे आपण चिंता करतो आहे याची जाणीवच

आपल्याला पुष्कळ वर्षं होत नाही.

ही गोष्ट काही वर्षांपूर्वी माझ्या प्रथम लक्षात आली, तेव्हा मी एक मोठं काम नुकतंच हातावेगळं केलं होतं. हे काम पूर्ण करण्यासाठी मी खूप कष्ट तर केलेच होते. शिवाय त्याच्या काळजीनं अनेकदा माझी झोपही उडवली होती. अखेरीस काम पूर्ण झालं होतं. त्याबाबत काहीही करायचं शिल्लक राहिलं नव्हतं.

असं असताना सुद्धा काही आठवड्यानंतरसुद्धा या कामाच्या विचारांनी मला रात्री जाग यायची आणि पूर्ण झालेल्या कामाचे विचार मनात येऊ लागायचे.

एकदा मी असा जागा झालो असताना एखाद्या विजेसारखा एक विचार माझ्या मनात चमकून गेला आणि त्याच्या उजेडात मला एकदम जाणवलं की मी सतत एका चिंतेकडून दुसऱ्या चिंतेकडे प्रवास करतो आहे. जेव्हा मी सगळ्या गोष्टींची नीट तपासणी करू लागलो तेव्हा माझ्या असं लक्षात आलं की मुळात मला चिंता करण्याचं कधीही काही कारण नव्हतं, एवढंच नव्हे तर चिंतेमुळे काही साध्यही होत नव्हतं. चिंता करणं म्हणजे केवळ माझी ऊर्जा, माझी शक्ती वाया घालवणं होतं. चिंता करण्यामुळे मला काम केल्याचं समाधान धडपणी मिळत नव्हतं की वर्तमान क्षणाचा आनंद लुटता येत नव्हता.

चिंतामुक्त जीवन हे अतिशय मुक्त, आनंदी असतं आणि ते आंतरिक शांती मिळवायला मदत करतं.

## स्वतःच्या जीवनाची जबाबदारी स्विकारा

काही लोक असं म्हणतात की आपल्या आयुष्यातील सगळ्या गोष्टी आपणच निवडलेल्या असतात – आपले आईवडील, आपलं आरोग्य, आपलं शरीर, आपला वर्ण, वंश, आपली संस्कृती, आपलं भौगोलिक स्थान या गोष्टींची निवड आपण जन्मण्यापूर्वी केलेली असते आणि आपल्या आंतरिक, आत्मिक वाढीसाठी या परिस्थितीचा उपयोग आपल्याला करून घ्यायचा आहे हे जन्म घेताना आपल्याला माहीत असतं.

हे सत्य आहे की नाही, हे मला माहीत नाही पण याच्यावर विश्वास ठेवायला मला आवडेल. माझं आयुष्य, माझं जीवन ही माझी जबाबदारी आहे ही गोष्ट स्विकारली की मला हवं ते निर्माण करण्यासाठी आणि सुखी होण्यासाठी आवश्यक ते बदल मी करू शकेन.

याउलट दुसऱ्या कोणाच्यातरी – त्याला ईश्वर, शक्ती किंवा असंच दुसरं काही नांव असेल – हातात सगळ्या गोष्टी आहेत आणि तो सगळ्याची काळजी घेईल असं समजलं तर नकोशा असलेल्या परिस्थितीतच खूप काळ अडकून पडावं लागेल आणि ती बदलायला आपण असमर्थ आहोत असं वाटू लागेल. आवश्यक ते बदल दुसरं कोणीतरी घडवून आणेल अशी अपेक्षा जर ठेवली तर वाटच बघत रहावं लागेल.

आपल्या अंतरंगातील गोष्टींबाबत तर हे अधिकच लागू पडतं. आपल्या आयुष्यातल्या बाह्य गोष्टींची जबाबदारी आपण मानली तर

आंतरिक वाढीसाठी, आध्यात्मिक वाढीसाठी आवश्यक असलेले बदल करणं आपल्याला अधिक सोपं जाईल.

**ज्या गोष्टी बदलू शकत नाहीत त्या स्विकारा**

स्वतःच्या आयुष्याची जबाबदारी घेणं यातच बदलू न शकणाऱ्या गोष्टींचा स्वीकार करणंही अंतर्भूत आहे.

समजा तुम्ही ठेंगणे आहात आणि तुम्हाला उंच व्हायचं आहे, किंवा जन्मतःच तुमच्यात काही दोष आहे, किंवा काही कारणानं तुमच्यात व्यंग निर्माण झालं आहे, किंवा भोवतालची परिस्थिती अशी आहे की तिच्यात तुम्ही काहीही बदल करू शकत नाही, अशा वेळी तक्रार न करता, राग राग, शिव्यागाळ असं काही न करता प्राप्त परिस्थितीचा स्वीकार करून त्या परिस्थितीत शक्य तेवढं चांगलं करण्याचा प्रयत्न करणं हेच योग्य ठरतं.

आपली परिस्थिती आपणच निवडलेली असते असं म्हणणं असणारे बरोबर असू शकतील असा विचार मोकळ्या मनानं करून प्राप्त परिस्थितीचा जास्तीत जास्त चांगला उपयोग कसा करता येईल आणि त्यातून आपल्याला काय शिकता येईल हे बघणं उचित ठरतं.

हेलन केलर या अंध महिलेचं उदाहरण डोळ्यांसमोर ठेवून आपल्याला तिच्यापासून स्फूर्ती घेता येईल. हेलन दृष्टीहीन होती पण या व्यंगाचा बाऊ न करता उलट तिनं त्याच्यावर मात केली आणि स्वतःचं आयुष्य तर अर्थपूर्ण केलंच, त्याचबरोबर ती इतरांनाही

मार्गदर्शक ठरली. जे अटळ आहे ते स्विकारून अर्थपूर्ण आयुष्य कसं जगता येतं त्याचा आदर्श तिनं घालून दिला.

आयुष्याचा अर्थ शोधण्यासाठी, स्वत:ची खरी ओळख करून घेण्यासाठी आंतरिक प्रवास करणं याचा अर्थ बाह्य परिस्थितीच्या पासून पळ काढणं असा नाही. तर, आपलं आयुष्य प्राप्त परिस्थितीत शक्य तितक्या चांगल्याप्रकारे व्यतीत करण्याचं कौशल्य प्राप्त करून घेणं आणि त्यायोगे जास्तीत जास्त आत्मिक उन्नती साधणं असं आहे.

**बदल आनंदानं स्विकारा**

जेव्हा वाढ होते तेव्हा बदल हा त्यात अंतर्भूत असतोच.

आंतरिक वाढ होताना तर पुष्कळदा खूप मोठे बदल घडून येण्याची शक्यता असते. वर्षानुवर्षांच्या सवयी आणि श्रद्धा यात बदल करावा लागू शकतो. पण त्यामुळे विचलित होऊन आपला मार्ग सोडून देऊ नका. बदलाचं स्वागत करा. त्याचा आनंदानं, मनापासून स्वीकार करा. त्यातून पुष्कळदा स्वत:च्या आत्म्याशी जवळीक साधण्याचा आनंददायक आणि उत्तेजक असा मार्ग सापडू शकतो.

पण जर तुमच्या जुन्या, कालबाह्य झालेल्या सवयी सुटत नसल्या तर त्या कशा बदलाव्या याचा नीट विचार करा. कदाचित, तुमच्या आंतरिक वाढीसाठी तुम्ही तुमचे विचार बदलण्याची, नवीन विचार स्विकारण्याचीही गरज असेल. नवीन विचार, नवीन भावना, नवीन जाणिवा, नवीन मित्र-मैत्रिणी, जणू एक नवीन व्यक्तिमत्त्व, या

सगळ्याचा मोकळेपणानं स्वीकार करा.

## आधार न देणाऱ्या संबंधांमधून बाहेर पडा

कळप करून राहण्याची वृत्ती माणसांत अजून बऱ्याच प्रमाणात टिकून आहे. यालाच आपण समाज करून राहणं म्हणतो. समाजात राहणं, आपलं कुटुंब आणि आप्तस्वकीय यांच्या सहवासात राहणं सुखकारक असतं. आपल्या वाढीसाठी त्याची मदत होते. निदान सुरुवातीच्या काळात तरी ते सहाय्यभूत ठरतं.

पण काही वेळा असं होतं की आपल्या जवळची माणसं आपल्याला आधार देत नाहीत. तुमच्या जीवनातल्या नातेसंबंधांवर एकदा नजर फिरवा. तुमचा जोडीदार, मुलं, आणि कुटुंबातल्या इतर व्यक्तीच नव्हेत तर सर्वच आप्तस्वकीय, मित्र विचारात घ्या. त्यातले कुठले संबंध तुमच्या आंतरिक वाढीला सहाय्यभूत आहेत आणि कोणते नाहीत? कोणाचा तुम्हाला आधार आहे आणि कोणाचा नाही?

काही वेळा आपल्याला प्रिय असणाऱ्या एखाद्या व्यक्तीला आपण आपला मित्र समजत असतो. आपली ही तथाकथित मैत्री अनेक वर्षं चालू असते आणि मग हळूहळू आपल्या लक्षात येतं की ही काही खरी मैत्री नाही कारण या संबंधातून आपल्याला काहीच मिळत नाही आहे.

अनेक वर्षांपासून चालत आलेल्या मैत्रीपूर्ण संबंधामधे एक प्रकारची सहजता असते. तुम्हाला एकमेकांचा सगळा इतिहास माहीत

असतो. तुम्ही एकत्र केलेल्या अनेक गोष्टी आठवणीत असतात. तुमची एकमेकांशी झालेली भांडणं, वाद यांसारख्या गोष्टीही तुम्हाला आठवत असतात.

पण एक वेळ अशी येते की तुमच्या संबंधाकडे तुम्हाला नीट डोळे उघडून बघावं लागतं. तुमचा मित्र किंवा मैत्रीण, दुसरी कोणी प्रिय व्यक्ती खरोखरच तुमच्यावर प्रेम करते का? की फक्त तिच्या गरजेसाठी ती तुम्हाला चिकटून आहे? तुम्ही तिला प्रिय आहात असं ती म्हणत असली तरी तुम्हांला तसं जाणवतं का? तुमच्या यशामुळे आणि उत्कर्षामुळे तिला मनापासून आनंद होतो का? की ती तुमचं काहीतरी चुकत असल्याचंच नेहमी दाखवून देते? तुमच्या उत्कर्षामुळे ती मागे पडण्याची शक्यता असली तरी ते स्विकारून तुम्हांला प्रोत्साहन देण्याइतकं प्रेम ती तुमच्यावर करते का?

लहान सहान गोष्टींनी नाउमेद करण्याचा प्रयत्न जर कोणी करत असलं तर वाढीच्या मार्गात तो एक मोठा अडथळा ठरू शकतो. तुमच्या आयुष्यातल्या नातेसंबंधांमधून तुम्हांला पुरेसं प्रेम आणि आधार मिळत नसला तर आंतरिक समाधान आणि शांती मिळवणं कठीण होऊन बसतं. जे तुमच्या प्रगतीत साथ देऊ शकत नसतील, आनंद मानू शकत नसतील अशांची संगत सोडण्याखेरीज तुमच्याजवळ दुसरा मार्ग उरत नाही.

अशा वेळी सौजन्यानं, हळूहळू पण निश्चितपणे त्यांच्यापासून तुम्ही दूर जायला हवं.

तुमच्या आयुष्यात तुमच्या आप्तस्वकीयांशी आणि परिचितांशी असलेल्या संबंधांमागे नक्कीच काहीतरी हेतू असतो, कारण असतं, पण म्हणून ते निरंतर टिकलेच पाहिजेत असं नाही हे लक्षात घ्या. तुम्हाला दुबळं बनवणाऱ्या संबंधाचं हे रूप ओळखून त्यातून हळुवारपणे, दुसऱ्याला न दुखवता बाहेर पडणं आवश्यक असतं. म्हणजे मग प्रेम आणि आधार देणाऱ्या संबंधांकडे लक्ष पुरवायला तुम्हाला पुरेसा वेळ मिळू शकेल.

**ध्यान**

आंतरिक वाढ आणि उन्नती साधण्याचं ध्यान हे एक अतिशय प्रभावी साधन आहे. दुसऱ्या कुठल्याही प्रकारे साध्य होत नाही इतकी विचारांची स्पष्टता ध्यानानं साध्य होते. आपल्या आत्म्याशी जवळीक साधण्याचा ध्यान हा एक अतिशय महत्त्वाचा मार्ग आहे.

ध्यान करण्याच्या अनेक पद्धती आहे. तुम्ही येणाऱ्या व जाणाऱ्या श्वासावर ध्यान करू शकता. एखादा मंत्र किंवा नुसता एखादा शब्द म्हणत ध्यान करू शकता. एखादी मेणबत्ती समोर ठेवून तिच्या ज्योतीवर लक्ष केंद्रित करून ध्यान करू शकता किंवा दोन भुवयांच्या मध्यभागातील आंतरिक ज्योतीवर ध्यान करू शकता.

प्रेम, अमरत्व, ज्ञान, अशी एखादी संकल्पना घेऊन तिच्यावर तुम्ही ध्यान करू शकता किंवा मनातल्या विचारांकडे साक्षी भावानं नुसतं बघत राहून तुम्ही ध्यान करू शकता. बसून, उभ्यानं, आडवं

पडून, चालत, हसत, रडत करण्याचेही ध्यान प्रकार आहेत.

दिवसांतला प्रत्येक क्षण आपण ध्यान करतो आहे अशा भावनेनं तुम्ही घालवू शकता.

तुम्ही यापूर्वी कधी ध्यान केलेलं नसलं तरी आता त्याचा अनुभव घेऊन बघा. रोज नियमितपणे ध्यान करण्यानं तुमच्या आंतरिक वाढीला कितीतरी सहाय्य होईल.

ध्यान शिकवणारे अनेक वर्ग हल्ली चालतात. त्यांपैकी एखाद्या वर्गात दाखल व्हा किंवा एखाद्या गुरूकडून ते शिकून घ्या. यांपैकी काही शक्य नसेल तर ध्यानावरची पुस्तकं वाचून सुरुवात करा. पुढे तुम्हांला मार्ग सापडत जाईल. सहा महिने नियमितपणे ध्यान केल्यावर तुम्ही जर मागे वळून पाहिलंत तर तुमच्या आयुष्यात ध्यानामुळे केवढा फरक पडला आहे हे बघून तुम्ही स्वतःच चकित व्हाल.

आपल्या अंतर्मनाचा, आपल्या आत्म्याचा, म्हणजेच स्वतःचा शोध घेण्याची प्रक्रिया ध्यानामुळे स्वाभाविकपणे उलगडत जाते. ध्यानाची काही फळं लगेच मिळू लागतात तर काही मिळण्यासाठी बराच काळ जावा लागतो. कधी कधी तर अनेक वर्ष जावी लागतात. ध्यान नियमितपणे केल्यावरच ध्यानामुळे होणाऱ्या फायद्यांचा अनुभव येऊ लागतो. नुसत्या वर्णनानं ते कळू शकत नाहीत.

**जीवन आनंदमय करा**

आपल्या प्रत्येकाच्या आयुष्यात काही खास असे क्षण असतात.

ते वेगवेगळ्या रूपात आपल्याला रोज मिळत असतात. आपल्या प्रिय व्यक्तीनं आपल्याकडे बघून केलेल्या स्मितात किंवा एखाद्या अगदी अनोळखी व्यक्तीनं आपल्याकडे बघून केलेल्या स्मितातही असा क्षण सापडू शकतो. एखाद्या मित्राच्या अचानक भेटीमधे किंवा लहान मुलानं प्रेमानं गळ्याला घातलेल्या मिठीमधेही ते सापडू शकता.

ज्यावेळी तुम्हांला अतिशय आनंद झालेला होता अशा तुमच्या आयुष्यातल्या वेळा आठवा. त्या प्रत्येक वेळी तुम्ही स्वत:वर आणि बाकी सर्वांवरही अतिशय प्रेम केलं होतंत. आपण काहीही करू शकतो, सगळं जग जिंकू शकतो अशी भावना तेव्हा तुमच्या मनात निर्माण झालेली होती. इतका आनंद आणि विश्वास तेव्हा तुम्हाला वाटला होता.

ते प्रेम, तो विश्वास आणि कल्पना यांच्या बळावर तुम्ही तुमच्या आयुष्याला हवा तसा आकार देऊ शकता.

तुम्हांला ज्या गोष्टींनी आनंद होतो त्या ध्यानांत आणा. त्यांपैकी जास्तीत जास्त गोष्टींची आठवण जास्तीत जास्त वेळा करायची, त्यांच्याशी जास्तीत जास्त वेळा दुवा सांधायचा असा निश्चय करा. आनंदाच्या या क्षणांमधे परत परत डुंबा आणि वर्तमान क्षणांमधे तो आनंद भरून घ्या. जीवन आनंदमय बनवा.